രമാദേവി

വയനാട് ജില്ലയിൽ മാനന്തവാടിയ്ക്കടുത്ത് ചിറയ്ക്കൽ പത്മനാഭൻ നായരുടേയും സത്യഭാമ അമ്മയുടേയും മകളായി ജനനം. ഗവൺമെന്റ് ഹൈസ്കൂൾ മാനന്തവാടി, ഗവൺമെന്റ് കോളജ് മാനന്തവാടി, ഗവൺമെന്റ് TTI പനമരം, ഫാറൂഖ് ട്രെയിനിംഗ് കോളേജ് കോഴിക്കോട് എന്നിവിടങ്ങളിലായി വിദ്യാഭ്യാസം. ഹയർ സെക്കന്ററി സ്കൂൾ അധ്യാപികയായി ജോലി ചെയ്തുവരുന്നു. 'രമ ചെപ്പ്' എന്ന പേരിൽ ആനുകാലികങ്ങളിലും സോഷ്യൽമീഡിയയിലും ലേഖനങ്ങളും കവിതകളും എഴുതിവരുന്നു. പല കവിതാമത്സരങ്ങളിലും സമ്മാനാർഹയായിട്ടുണ്ട്. ധാരാളം കവിതകൾ സംഗീതശില്പങ്ങൾ ആയി ഇറങ്ങിയിട്ടുണ്ട്..

ഭർത്താവ് രവീന്ദ്രൻ പുത്തലത്ത്, മകൻ അർച്ചിത്കീർത്തൻ.

വിലാസം: രമാദേവി, 'ചെപ്പ്', ചേവായൂർ, കോഴിക്കോട് - 17
You Tube Chanel: Architham Wibes

Malayalam Language
Pennu Poothappol
(Nanavu Pollichappol-I)
(Poems)
by
Remadevi

♦

Published in June 2022
by Kairali Books Private Limited
Thalikkavu Road, Kannur.
Ph : 0497-2761200
E-Mail : kairalibooksknr@gmail.com

♦

Cover Design
Prasanth Mangad

Price ₹ : 200.00
15/22-23/Sl.No.1320/500/NS 18.6
ISBN 978-93-93397-15-7

പെണ്ണ് പൂത്തപ്പോൾ

(നനവ് പൊള്ളിച്ചപ്പോൾ-I)

രമ ചെപ്പ്

കൈരളി ബുക്സ്

പ്രണയമാണെനിക്കക്ഷരപ്പെയ്ത്തിനെ,
പകലുപോലും നറുനിലാവൂട്ടിയെൻ
കരളു കക്കുന്ന കാന്തക്കൊളുത്തിനെ.

പതറിനിൽക്കുന്ന പ്രാണന്റെ കൈകളിൽ
കരുണ കോരി നിറച്ചുന്മത്തമാക്കുമാ
പരമഭാവം പകർക്കുന്ന ലഹരിയെ...

കേൾക്കപ്പെടാതെ പോയവർക്ക്,

പോയവയ്ക്കും.

പ്രതീക്ഷ

ആരുമല്ലെന്നു വെട്ടിമാറ്റിയിട്ടും,
ഒന്നുമല്ലെന്ന് കത്തിച്ചു കളഞ്ഞിട്ടും,
മറന്നു കഴിഞ്ഞെന്നു അറുത്തെറിഞ്ഞിട്ടും,
ആരും കാണാതെ ഒളിച്ചിരുന്നിട്ട്,
ഒരു മഴയനക്കം ഓർത്തെടുത്ത്,
എന്റേത്, നിന്റേത് എന്ന്,
പതിയെ കണ്ണ് നീട്ടുന്ന പച്ചപ്പ്.

പേജുകളിൽ

തീകൊണ്ടു തുന്നിയ തൂവാലകൾ

എഫ്.ബിയിൽ മുളച്ച്, എഫ്.ബി.യിൽ വളർന്ന്, എഫ്.ബിയിൽ വള്ളികൾ പടർത്തി, എഫ്.ബിയിൽ വിരിഞ്ഞ പൂക്കളാണ് രമ ചെപ്പിന്റെ കവിതകളെല്ലാം. ഇപ്പോൾ അവർ തന്റെ കവിതകളുടെ ആവാസവ്യവസ്ഥയൊന്നു മാറ്റിനോക്കുകയാണ്. ഇനി അവയുടെ ജീവിതം മായുകയും മായാതെ നിൽക്കുകയും ചെയ്യുന്ന സെൽഫോണിന്റെ മായികപ്രതലത്തിൽ മാത്രമല്ല. കടലാസിലും മഷിയിലും ചവിട്ടി അവ പുതിയൊരു പ്രയാണത്തിലേക്ക് കാലെടുത്തുവെക്കുകയാണ്.

മഞ്ഞിൽ വിരിഞ്ഞ പൂക്കളല്ല ഈ കവിതകൾ, വേണമെങ്കിൽ തീയിൽ വിരിഞ്ഞ പൂക്കൾ എന്ന് അവയെ വിശേഷിപ്പിക്കാം. കാരണം അത്രക്കുണ്ട് ഈ കവിതകളിൽ തീയും വേവുമായി ബന്ധപ്പെട്ട കൽപ്പനകൾ. 'ആളിത്തിളക്കുന്ന ഓർമ്മകളെ ഓടിച്ചിട്ട്' എന്നൊരു കവിതയിൽ കാണാം. 'ആധിയും വ്യാധിയും നെഞ്ചിൽ പുഴുങ്ങുന്നു' എന്ന് മറ്റൊന്നിൽ, 'ഉള്ളുനീറി ഞാൻ വെന്തുതൂവുമ്പോൾ' എന്ന് വേറൊരിടത്ത്. 'തീയ് തീയെന്നു കൂവിയോടി നീ' എന്നും 'ഉള്ളുവേവിലും ഉടലുവേവിലും ആളിക്കത്തി ഞാൻ ഇതുവരെ' എന്നും മറ്റിടങ്ങളിൽ. 'ഏതു പാപവും ചാരമാക്കുന്ന അഗ്നിയായ് ഞാൻ തിളച്ചതും' 'നേരു പൊള്ളുന്ന കാലം പിറന്നു' എന്നും വേറെ വരികളിൽ. 'തീയു കോരി വിഴുങ്ങിടുമ്പോഴും' എന്നു മറ്റൊരിടത്ത്. 'നൂറുപാത്രം പകർന്നു മാറ്റിലും വേവു പോവാത്ത നോവുകൾ' എന്നാണ് ആ വേദനയെ കവി വിശേഷിപ്പിക്കുന്നത്. 'അവൾ ഊതി ഊതി നീറാൻ തുടങ്ങി' എന്ന് അവളുടെ ജീവിതത്തെ സംഗ്രഹിക്കുകയും ചെയ്യുന്നു.

ആവി ചീറ്റുന്ന പ്രഷർകുക്കർ പോലെ ഉള്ളു ദഹിക്കുന്ന 'അവൾ'ക്ക് ഒരു വാതിൽ ഉണ്ടോ പുറത്തേക്ക് പടരാൻ? വാതിലുകൾ സാധാരണഗതിയിൽ ലോകത്തെ പുറത്തിട്ടുപൂട്ടുന്ന ആത്മസുരക്ഷയുടെ പ്രതീകങ്ങൾ ആണ്. 'വാതിലുകൾ ഉണ്ടാവുന്നത്' എന്ന കവിതയും ആരംഭിക്കുന്നത് ആ പ്രതീകത്തിൽനിന്നുതന്നെ. 'പേടി കൂടുമ്പോഴാണ് നമ്മൾ വാതിലുകളെക്കുറിച്ച് ചിന്തിച്ചുപോകുന്നത്' എന്ന് കവിത ആരംഭിക്കുന്നു. വാതിലുകൾ അടച്ച് സാക്ഷയിട്ടു താഴിട്ടുപൂട്ടിയാൽ പിന്നെ അവൾ തീർത്തും സുരക്ഷിതയാവും. 'ഇരുട്ടു മുറികളും ആളുന്ന അടുപ്പും നീറുന്ന കണ്ണീരും ഉണ്ടായിട്ടും പുറത്തുനിന്നു വരുന്നവരെ ഓർത്ത് അടി

വയറ് വിറയ്ക്കുമ്പോൾ സാക്ഷയുള്ള ഒരു വാതിലിനെ നമ്മൾ സ്വപ്നം കണ്ടുതുടങ്ങുന്നു. എന്നാൽ പുറത്തുനിൽക്കുന്ന ശത്രു എന്നത് വാതിൽ നിർമ്മിക്കുന്നതിന്റെ ഒരു ന്യായീകരണം മാത്രമാണ്. ഭയമാണ് ശത്രു, അത് അകത്താണ്. 'ഭയമില്ലാത്തവർ എല്ലാ വാതിലുകളുകളും തുറന്നിടുന്നു' എന്നാണ് അവൾ പറയുന്നത്. എത്രപേർ വാതിൽ തുറന്നു വന്നാലും അവർ ഒറ്റക്ക് ധ്യാനമിരിക്കുന്നു. പുറത്തുനിന്നെത്തുവരെ അവൾക്ക് ഭയമില്ല. കടുത്ത വെയിലിനെയും കൊടിയ തണുപ്പിനെയും നിറഞ്ഞ ഇരുട്ടിനെയും തിളച്ച വെളിച്ചത്തെയും പേടിക്കാത്തവർ എല്ലാ വാതിലുകളും എല്ലാ ജനലുകളും തുറന്നിടുന്നു എന്ന് അവൾ. ഉള്ളിൽ തിളക്കുന്ന ചൂളക്ക് അതിലും വലിയ തിളപ്പും താപവും ഉണ്ടാവുന്നതു കൊണ്ടാണ് പുറത്തുനിന്നു വീശുന്ന തീക്കാറ്റിനെയും ഹിമക്കാറ്റുകളെയും അവൾക്ക് പേടിക്കേണ്ടി വരാത്തത്, ചെറുക്കാൻ സാധിക്കുന്നത്.

അങ്ങനെ സദാനേരവും ഉള്ളും പുറവും വെന്തുനീറുന്ന പെണ്ണിന്റെ ജീവചരിത്രം 'ഓള്' എന്ന കവിതയിൽ കാണാം. അവളുടെ കാല് പൊളിഞ്ഞു കീറിയിട്ടുണ്ട്. അതിൽ ഉപ്പുശീല വരിഞ്ഞുകെട്ടി അവൾ ആഞ്ഞുവീശുകയാണ്. വീടും നാടും തണുക്കട്ടെ. വീട്ടിലെയും നാട്ടിലെയും അടുപ്പുകൾ ചെമന്നു പഴുക്കട്ടെ. ഒടിഞ്ഞുതുടങ്ങിയ നടു പിന്നു കൊണ്ട് കുത്തിവെച്ച് അവൾ അടുക്കളയിലും കിണറ്റുകരയിലും നൃത്തം ചെയ്തു. "ഓളും സ്വപ്നം കണ്ടു". ഉണരുമ്പോഴും ഉറങ്ങുമ്പോഴും വീടിന്റെ പിന്നാമ്പുറത്തു നിന്നും അപ്പുറത്ത്, കട്ടപിടിച്ച മണ്ണിൽ ഒരിത്തിരി സ്ഥലം മിനുക്കിയെടുക്കണം. പിന്ന് കുത്തിവെച്ച നടു ഒന്നു നീർത്തി വെക്കാൻ മാത്രം ഇടം. പക്ഷേ കവി പറയുന്നു, 'എത്ര വലിഞ്ഞു നടന്നിട്ടും അവൾക്ക് അതിനുമാത്രം സമയം കിട്ടിയില്ല.' നടന്നിട്ടും നടന്നിട്ടും എത്താത്ത ഇടമാണ് അവൾക്ക് വിശ്രമസ്ഥലം. അതിസാധാരണമാകയാൽ കാണപ്പെടാതെ പോകുന്ന സ്ത്രീജീവിതത്തിന്റെ ആന്തരനിശ്ശബ്ദതയെയും അതിന്റെ പൊള്ളുന്ന വേദനയെയും ഒരിക്കലും നടുനിവർത്താനോ നിവർന്നുനിൽക്കാനോ ശമിച്ചുകിടക്കാനോ കഴിവില്ലാത്ത അവളുടെ അവസ്ഥയെയും പഴുത്തുചുവക്കുന്ന അടുപ്പിന്റെ വെളിച്ചത്തിൽ കവി കാണിച്ചുതരുന്നു. തീനാളങ്ങളാണ് ഈ കവിതകളിൽ മിക്കതിന്റെയും ഉള്ള്. ഒരു മറുനാടൻ കവി എഴുതിയതുപോലെ 'ഒരു മുഴക്കോലുകൊണ്ടും അളക്കാനാവില്ല ഒരു തീനാളത്തിന്റെ നീളം."

'ഇമോജികൾ' എന്ന കവിത ആധുനിക ഇ-ലോകത്തിന്റെ കാവ്യകല്പനയാണ്. സെൽഫോൺജീവിതത്തിന്റെ ഒരു ആത്മകഥയാണത്.

ഇമോജികൾ ഫോൺപ്രചലത്തിലല്ലാതെ ജീവിക്കാൻ കെൽപ്പില്ലാത്ത ജീവികളാണ്. തനിക്കുള്ള കുറവുകളൊന്നും ഇല്ലാത്ത പൂർണ്ണജീവികളാണവ. തന്റേത് ഭംഗിയില്ലാത്ത ചിരി..., പകരം ഇമോജിയിൽ കാണുന്നതോ മൂത്തു തിളങ്ങുന്ന ചിരി. അത് ചിരിക്കുമ്പോൾ തന്റെ പൊട്ടിയ പല്ലോ മേൽചുണ്ട് മുകളിലേക്ക് കയറുന്നതോ മറച്ചുപിടിക്കേണ്ട ബുദ്ധിമുട്ടില്ല. പൊട്ടിച്ചിരിക്കുമ്പോൾപോലും ഒഴിഞ്ഞ മോണക്കുഴികൾ കാണില്ല. കരച്ചിലിന്റെ ഇമോജിക്കുപോലും ഒരു ചന്തമുണ്ട്. മൂക്കിൽനിന്നും ആ നശിച്ച വെള്ളം ഒലിച്ചിറങ്ങില്ല. ഒരുമാതിരി കോക്കാച്ചി തവളപോലെ ചിറി രണ്ടുവശത്തേക്കും കോടിപ്പോവില്ല. തനിക്ക് ഇടക്കിടക്ക് ആവശ്യം വരാറുള്ളതുകൊണ്ട് അവൾ കരച്ചിലിന്റെ ഇമോജിയെ പ്രത്യേകം മാറ്റിവെച്ചു സൂക്ഷിക്കുന്നുണ്ട്. കുറവുകളുടെ കൂടുതലുകൾക്കിടയിൽ തികവിന്റെ ആ മുദ്രയ്ക്കാവും അധികം ആവശ്യം. എന്നാൽ ആ തികവിൽ ജീവിതത്തിലെ കരച്ചിലിന്റെ ലാഞ്ചനകളൊന്നും കാണാത്തതുകൊണ്ട് അവൾക്ക് നിരാശയും തോന്നി. ഇമോജികളുടെ ഈ ഇരട്ടസ്വഭാവമാണ് കവിതയുടെ കേന്ദ്രനാഡി. ഇത് കാഴ്ചക്കാരനെ ഒരേസമയം പൂർണ്ണതയുടെ സ്വപ്നത്തിലേക്കും അതേസമയം ജീവിതം പോലെയായില്ലല്ലോ എന്ന നിരാശയിലേക്കും നയിക്കുന്നു. ആ വൈരുദ്ധ്യത്തെ കവി ഇങ്ങനെ വെളിവാക്കുന്നു. "മുൻപ് കാമുകന്റെ കണ്ണുകളിലെത്താൻ മാത്രം നീളമില്ലെന്ന് തോന്നിയപ്പോഴാണ് അവൾ ഷാളുകൊണ്ട് ഹൃദയം അടച്ചുവെച്ച് ഇറങ്ങിയത്." ഭർത്താവിന്റെ ഊഴം വന്നപ്പോഴോ? "ഭർത്താവിന്റെ ഷൂസിട്ട കാലുകൾ തന്റെ ഹൃദയം ഇങ്ങനെ നിലത്തിട്ട് ഉരുട്ടിക്കളിക്കുന്നതു കണ്ടപ്പോഴാണ് നെഞ്ചിൻകൂട് ഓട്ടയായിപ്പോയെന്ന് അവൾ അറിഞ്ഞത്." പരിണാമത്തിന് ഇനിയൊരു ഘട്ടം കൂടിയുണ്ട്. 'ചെമന്നുതുടുത്ത ഹൃദയം കയ്യിൽ വന്നപ്പോൾ അവൾക്ക് കൗതുകവും ചിരിയും വന്നു. കിട്ടിയിടത്തൊക്കെ ഓടിനടന്ന് അവൾ ഹൃദയം വിതരണം ചെയ്തു. കൂട്ടത്തിൽ ഓരോ ഉമ്മയും പതിച്ചുവെച്ചു.' ഇത് ഒരുതരം പകവീട്ടൽതന്നെ. ആ പകവീട്ടൽ വീണ്ടും ശക്തിയാർജ്ജിക്കുകയാണ്. അടുക്കളയിൽപോലും ഉയർത്താൻ ധൈര്യമില്ലാത്ത തന്റെ മുഷ്ടികൾ എല്ലാ അഭിപ്രായങ്ങൾക്കടിയിലും കൊണ്ട് ആഞ്ഞുകുത്തി. പിന്നെയോ? പിന്നീട് ഒരു ശുദ്ധീകരണമാണ്. ഹൃദയത്തോടൊപ്പം മലർന്ന ചുണ്ടുകളും കൊണ്ടുനിറഞ്ഞ ഇൻബോക്സുകൾ 'വിം' ഇട്ട് വെടിപ്പാക്കി. എന്നിട്ട് എളുപ്പം ആവശ്യമായി വന്നേക്കാവുന്ന കുറച്ചു ഇമോജികൾ മാത്രം അവിടെ ബാക്കിവെച്ചു. ഇപ്പോൾ അവൾ സന്തുഷ്ടയായിരിക്കും എന്നാവും കരുതുക, ഇല്ല. ജീവിക്കാൻ തുടങ്ങിയപ്പോൾ അവൾ മുമ്പ

ത്തേക്കാളും മുടന്തിപ്പോയി. താൻ ഏറ്റവുമധികം ഉപയോഗിച്ചിരുന്ന ഒന്നിന്റെ കുറവ് അവൾക്ക് അനുഭവപ്പെടുത്തിയ ആ ഇമോജിമാത്രം അതിൽ ഇല്ലായിരുന്നു.അതാണ് ആ കവിതയിലെ വൈരുദ്ധ്യം. എന്തായിരുന്നു ആ ഇല്ലാത്ത ഇമോജി? തന്റെ ആഴങ്ങളിൽ നിന്നും വന്നിരുന്ന ആ വിളറിയ ചിരി. കീറിയൊഴുകുന്ന മനസ്സിനെ പൊത്തിപ്പിടിച്ചുവെച്ചിട്ട്, മുഖത്ത് വരുത്താറുള്ള വളരെ ചെറിയ ചിരി. ഹൃദയവുമായി കണ്ണു പൊത്തിക്കളിച്ചുള്ള ആ ചിരി. അതു കിട്ടാതെ അവൾക്ക് ശ്വാസം മുട്ടി! യാഥാർത്ഥ്യത്തിന്റെയും നിർമ്മിച്ചുവെച്ച, ഒരച്ചിൽവാർത്ത പ്രതീക്ഷകളുടെയും വൈരുദ്ധ്യത്തിൽനിന്നാണ് ഈ കവിത ഉറവെടുക്കുന്നത്.

ഗദ്യം മാത്രമേ രമയ്ക്ക് വഴങ്ങൂ എന്നില്ല. ഗദ്യംപോലെ പദ്യവും അവർക്ക് സ്വാധീനമാണ്.

'മുറിവുതോറും കടന്നുമ്മവെച്ചെന്റെ
അകമിരിക്കുന്ന കാമ്പും തൊടികളും
'ഉയിര്' 'ഉയരെ'ന്നുയർത്തി ത്രസിപ്പിച്ച്
പ്രാണനേകുന്ന വിത്തിന്റെ ചെപ്പിനെ'

(രമ ചെപ്പ് എന്ന കവിനാമത്തിൽ ചെപ്പിനുള്ള അർത്ഥം, ഇവിടെയാണ് എനിക്ക് വെളിപ്പെട്ടത്. അത് പ്രാണനെ ഉള്ളിൽ പേറുന്ന ദേഹം തന്നെയാണ്) കവിതയുടെ സമാപനവും ആ ചെപ്പിൽ തന്നെയാണ്.

'മുറിവ് പറ്റിലും ആഞ്ഞാഞ്ഞു വെട്ടിലും
കറ പതിക്കിലും ആട്ടിച്ചവിട്ടിലും
കനല് വീഴ്ത്തിലും കുത്തിവരക്കിലും
കുളുകുളിർന്നെൻ മനസ്സിനെ സ്നിഗ്ദ്ധമാം
പെരിയപട്ടിൽ പൊതിഞ്ഞു സൂക്ഷിക്കുമാ
കരുതലാകുമെൻ അക്ഷരച്ചെപ്പിനെ'

ഇവിടെ ആ ചെപ്പ് അക്ഷരചെപ്പു കൂടിയാകുന്നു. ശരീരം തന്നെ തന്റെ അക്ഷരാവരണം അഥവാ ചെപ്പ് ആയിമാറുന്നു.

അതുപോലെ ആകർഷകമായി 'എന്റെ സ്വർഗ്ഗങ്ങൾ' എന്ന കവിതയും. തന്റെ വല്ലിയിലെ പൂമൊട്ടുകൾ എങ്ങനെ ഉണ്ടായതാണ്? അത്

'കൂട്ടുകൂടി, ചിലങ്കകൾ കൊട്ടി
പാട്ടുപാടി മുളപ്പിച്ചതല്ല.'

പിന്നെയോ?

'തട്ടിവീഴ്ത്തുന്ന കൈകളെ മാറ്റി
മാറ്റി ഒറ്റയായ് പാടിക്കയറി
നേരു തിങ്ങുന്ന നെഞ്ചിന്റെ നൂലാൽ

പാറകീറി ഗംഗയെകണ്ട്
മാപ്പുചൊല്ലും മിഴികൾ തെളിച്ച്
കേറിയെത്തിയീക്കാട്ടിലൊറ്റയ്ക്ക്.'

അങ്ങനെ ഒറ്റക്ക് കാട്ടിലെത്തി, അവിടെ പച്ചമണ്ണിൽ വിത്തുകൾ വിതച്ച്, മണ്ണിനോട് ചേർന്ന് മണ്ണിമക്കാതെ വിത്തുകൾക്ക് കൂട്ടിരുന്നു. കാടിനെ പൂക്കളണിയിച്ചുകൊണ്ട് രാത്രികൾ വന്നു. സസ്യപ്രകൃതിയെ കരിച്ചുണക്കുന്ന വെയിലുകൾ വന്നു, വേദനകൾ വന്നു. എങ്കിലും താൻ ചിലങ്ക അണിഞ്ഞ് നൃത്തം തുടങ്ങി. ആനന്ദനൃത്തമായിരുന്നു അത്.

'കൂനി നിൽക്കും മടിയനാം കുന്നും
കൂട്ടിനായിട്ട് പൂവിട്ടുനിന്നു.'

പ്രകൃതിമുഴുവൻ ആ നൃത്തത്തിനു കൂട്ടായി

'കട്ടിയായുള്ള നെഞ്ചിന്റെ ചാരെ
കട്ടച്ചോരയൊഴുകിയപോലെ
വീണ്ടുമൊന്നു തെളിഞ്ഞു, വിടർന്നു
പച്ചമൊട്ടുകൾ കുഞ്ഞരിപുൽകൾ
തുമ്പികൾ കൂട്ടമായെത്തി, കാണാൻ
കുഞ്ഞുനാമ്പുകൾ ഉറ്റവർ ഞങ്ങൾ.'

പുൽനാമ്പുകളുമായുള്ള ഈ സാഹോദര്യത്തെ 'മത്തെടുത്തുപോം സ്നേഹസല്ലാപം' എന്നാണ് കവി പറയുന്നത്. ഇനി സ്വർഗ്ഗത്തിലേക്കില്ല. ഈ മണ്ണുതന്നെ ഒരുക്കുന്നുണ്ടല്ലോ ഇവിടെ ഒരു സ്വർഗ്ഗം.

നാടൻമൊഴിയുടെ താളത്തിലാണ് 'കുരുപ്പുകൾ' എന്ന കവിത. മഴയാണ് ചറുപറാന്ന് പെയ്യുന്നത്.

'ഒടിഞ്ഞുതൂങ്ങിയ കൂരയിന്ന്
കുടുകുടുന്നൊരു കരച്ചിലാ'
മുഴുത്ത തുള്ളികൾ തറ തൊടുമ്പഴ്
പൊരയിലുണ്ടൊരു പൊകച്ചില്'

എന്ന മട്ടില് തകരാറായ ആ കൂരയ്ക്കുള്ളിലെ മനുഷ്യജീവികളുടെ കലിയും പ്രാക്കും നെഞ്ചത്തടിയും നിലവിളിയും പായ്ക്കുള്ളിൽ പതുങ്ങുന്നു. പിള്ളാരും മാഞ്ഞുപോകാത്ത വിങ്ങലും ചേർന്ന ആ മനുഷ്യലോകം ഉള്ളിൽ ഇടിവെട്ടുംപോലെ അവതരിപ്പിക്കുന്നുണ്ട് കവി ഈ ചെറുകവിതയിൽ.

ഇതെല്ലാം രമയുടെ കാവ്യലോകത്തിലെ വൈവിധ്യത്തെയാണ് കാണിക്കുന്നത്. ഗദ്യവും പദ്യവും ആ വൈവിധ്യത്തിലെ ഒരു ഘടകമാണ്. അതുപോലെ ഒരു ഘടകമാണ് അത്യന്തം ദൈർഘ്യമുള്ള കവിത

കളും തീരെ കുറുകിയ കവിതകളും. 'പ്രണയമാണെനിക്ക്' എന്ന കവിത പദ്യത്തിലുള്ളതും ഏറെ ദീർഘവുമാണ്. 58 ഈരടികൾ ആണ് അതിലുള്ളത്. അതുപോലെ ഗദ്യത്തിലുള്ള 'പൂതന' എന്ന കവിത തൊണ്ണൂറ്റൊന്നു വരികളുള്ളതാണ്. എന്നാൽ ദൈർഘ്യം ഒട്ടും ഇല്ലാത്ത കുറുകിയ കവിതകളും ഇതിലുണ്ട്. 'പ്രതീക്ഷ' എന്ന ആദ്യകവിത തന്നെ ഉദാഹരണം.

'ആരുമില്ലെന്നു വെട്ടിമാറ്റിയിട്ടും
ഒന്നുമില്ലെന്നു കത്തിച്ചുകളഞ്ഞിട്ടും
മറന്നുകഴിഞ്ഞെന്നു അറുത്തെറിഞ്ഞിട്ടും
ആരും കാണാതെ ഒളിച്ചിരുന്നിട്ട്,
ഒരു മഴയനക്കം ഓർത്തെടുത്ത്,
എന്റേത്, നിന്റേത് എന്നു
പതിയെ കണ്ണുനീട്ടുന്ന പച്ചപ്പ്"

എന്ന കവിത എത്ര നിരാകരിക്കാൻ ശ്രമിച്ചിട്ടും, മറന്നുകഴിഞ്ഞു എന്ന് വീണ്ടും വീണ്ടും ഉറപ്പിച്ചിട്ടും, ഒരു മഴയനക്കത്തിൽ പതിയെ ഉയർത്തെണീക്കുന്ന പ്രണയസ്മരണകളാണ്. ഒരുവരിയാണ് ആ കവിത. അതുപോലൊരു നാലുവരിക്കവിതയാണ് 'മറവു ചെയ്യുമ്പോൾ'.. 'മറവുചെയ്യുമ്പോൾ കുഴിയുടെ അളവ് കൃത്യമായിരിക്കണം..' ഒരു മാന്വൽ ബുക്ക് പോലെ കവിത ആരംഭിക്കുന്നു. 'ഒരു ഒട്ടുനൂലിന്റെ വിടവുപോലും ബാക്കി വെക്കരുത് പിടിച്ചുകയറി പിന്തിരിഞ്ഞു വന്നു കളയും. അത്രയും ഇഷ്ടമായിരുന്നു നിന്നെ'

അങ്ങനെ നെരിപ്പോടും പച്ചപ്പും തീനാളങ്ങളും പൂക്കളും താപസമ്മർദ്ദവും പുൽത്തുമ്പുകളും മരണവും പ്രണയവും കവിതയും സ്ത്രീയും കൈകോർത്തുവരികയാണ് രമയുടെ ഈ രചനകളിൽ. ഇത് പുതിയ വഴിത്തിരിവുകളിലൂടെയുള്ള യാത്രയാണ്. രമ ചെപ്പിന് എല്ലാ ശുഭാശിസ്സുകളും നേരുന്നു.

ശ്രീകൃഷ്ണപുരം **കെ.സി. നാരായണൻ**
09 ഫെബ്രുവരി 2022

മുന്നുര

അക്ഷരങ്ങളിൽ അറിവും ആനന്ദവും ആശ്വാസവുമുണ്ടെന്ന് എനിക്ക് കാണിച്ചുതന്നത് എന്റെ അമ്മയാണ്. രാത്രി വൈകിയും ജോലികൾ തീർത്ത്, ഞങ്ങൾ ഉറങ്ങിയതിനു ശേഷവും ആർത്തിയോടെ പുസ്തകങ്ങൾ വായിച്ചു തീർത്തിരുന്ന അമ്മ. ജോലിത്തിരക്കിനിടയിൽ എപ്പോഴെങ്കിലും അൽപം ആശ്വാസം കിട്ടിയാൽ പഴയ കവിതകൾ മൂളി നടന്നിരുന്ന അമ്മ. ഞാൻ ജീവിതത്തിൽ കണ്ടിട്ടുള്ള ഏറ്റവും വലിയ അക്ഷരസ്നേഹി എന്റെ അമ്മയാണ് .

ചെറുപ്പം മുതലേ ഞാൻ കുത്തിക്കുറിച്ചതിനെയൊക്കെ കവിത എന്ന പേരിൽ വിളിച്ചിരുന്നത് വീട്ടിൽ ജ്യേഷ്ഠൻ ആയിരുന്നു. അന്നും ഇന്നും എന്റെ എഴുത്തിന്റെ ഏറ്റവും സത്യസന്ധനായ വിമർശകൻ ഏട്ടനാണ്.

അച്ചടിമഷി പുരണ്ട ആദ്യകവിത പ്രീഡിഗ്രി കാലഘട്ടത്തിലെ കോളേജ്മാഗസിനിലാണ്. പിന്നീട്, ഏറ്റവും കൂടുതൽ എഴുതിയിരുന്നത് പ്രൈമറി ക്ലാസ്സുകളിൽ പഠിപ്പിച്ചപ്പോൾ, ക്ലാസിലെ കുഞ്ഞുങ്ങൾക്ക് വേണ്ടിയായിരുന്നു; കവിതകളും കുഞ്ഞു കഥകളും. എങ്കിലും ഒരു സമാഹാരം എന്ന ചിന്തയൊന്നും അന്നും ഉണ്ടായതേ ഇല്ല. ആ കവിതകൾ ഓർമയിൽ തെളിയാത്തവിധം നഷ്ടപ്പെട്ടത് വലിയൊരു ദു:ഖമാണ്.

ഇന്ന്, എന്റെ ചില കവിതകളെങ്കിലും ഒരു അടയാളപ്പെടുത്തലായി, ഒരു കവിതാസമാഹാരമായി പുറത്തിറങ്ങാൻ കാരണം സോഷ്യൽമീഡിയ ആണ്. തിരക്കും അതോടൊപ്പം അലസതയും ഒരേപോലെ ഒത്തുചേർന്ന ഒരു പ്രത്യേക ജന്മമാണ് ഞാൻ. ഒരു പുസ്തകം പോയിട്ട്, മനസ്സിൽ തോന്നുന്ന കവിതകൾ കുറിച്ചു വയ്ക്കാൻ പോലും സമയമോ ശ്രദ്ധയോ ഇല്ലാത്ത ഒരാൾ. ആ എനിയ്ക്ക് അപ്പപ്പോൾ മനസ്സിൽ വരുന്ന കവിതകൾ ചുരുങ്ങിയ മിനിറ്റുകൾ കൊണ്ട് കൈയ്യിലിരിക്കുന്ന ഫോണിൽ കുറിച്ചിട്ടാൽ മതി, വായിക്കാൻ ആഗ്രഹിക്കുന്ന കുറച്ചുപേരിലെങ്കിലും ഉടൻ എത്തുന്നു എന്നത് വലിയൊരു കാര്യമായിരുന്നു. മുമ്പ്, സമയം കിട്ടാത്തത് കൊണ്ട് മാത്രം, കുറിച്ചു വയ്ക്കാതെ മനസ്സിൽ മൂളിപ്പോയ ഇഷ്ടമുള്ള എത്ര വരികൾ..!!! ഇരുപത്തിരണ്ട് വർഷങ്ങൾക്ക് മുമ്പ് എഴുതിയ ചില വരികൾ പോലും ഇവിടെ ചില കവിതകളിൽ ചേർത്തു വച്ചിട്ടുണ്ട്. അത്രയ്ക്കു പ്രിയമായിരുന്ന വരികൾ. ആ കവിതകളുടെ ബാക്കി ഭാഗങ്ങൾ അമ്പേ മറന്നുപോയി.

എന്നെ പോലെയുള്ള സ്ത്രീജീവിതങ്ങളിൽ സാങ്കേതികത ഒരു അ

നുഗ്രഹമായി മാറുന്നത് ഇങ്ങനെയൊക്കെയാണ്. ഈ ഭാഗ്യം കിട്ടാതെ പോയ, എനിയ്ക്ക് മുമ്പേ മറഞ്ഞു പോയവരും ജീവിച്ചിരിക്കുന്നവരുമായ ഒരുപാട് സ്ത്രീജന്മങ്ങൾക്ക്, എന്റെ തന്നെ കുറിക്കപ്പെടാതെ പോയ കവിതകൾക്ക് ഒരു തർപ്പണമാണ് ഈ കവിതാസമാഹാരം..

വളരെ വൈകി, ഈയടുത്ത് മാത്രം സോഷ്യൽമീഡിയയിൽ എത്തിയ എന്നെ, എന്റെ കമന്റുകളിലെ ഭാഷ മാത്രം കണ്ടിട്ട് നേരിട്ട് വിളിച്ച്, 'ഗൗരവതരമായി സാഹിത്യം എഴുതൂ' എന്ന് നിർബന്ധിച്ച് കൂടെക്കൂട്ടിയവരാണ് ജ്യേഷ്ഠസഹോദരതുല്യരായ പ്രശാന്ത് ബാലചന്ദ്രനും ശ്രീജാ രാമനും. പിന്നീട്, എന്റെ എഴുത്തുകൾ കണ്ടിട്ട് 'കവിതകൾ എഴുതിയിട്ടു കൂടെ' എന്ന സുഹൃത്ത് ധീരജിന്റെ ചോദ്യമാണ് സോഷ്യൽമീഡിയ കവിതകൾക്ക് കൂടിയുള്ള വേദിയാണല്ലോ എന്ന ചിന്ത എന്നിലുണ്ടാക്കിയത്. ഒരുപക്ഷേ, അത്ര ഗൗരവമൊന്നുമല്ലാത്ത ഈയൊരു ചോദ്യം ഇത്രയും കവിതകൾ കുറിച്ചിടാൻ ഒരു നിമിത്തമാവുകയായിരുന്നു.

അഭിമാനത്തോടെ എടുത്തുപറയാൻ ആഗ്രഹിക്കുന്ന സൗഹൃദമാണ് ശ്രീ. സി.ആർ. പരമേശ്വരൻസാറിന്റേത്. എന്റെ എഴുത്ത് ശ്രദ്ധയിൽപ്പെട്ടിട്ട്, അദ്ദേഹം ഇങ്ങോട്ട് വന്നു അഭിനന്ദനം അറിയിച്ച നിമിഷം ഇന്നും അഭിമാനത്തോടെ ഓർക്കുന്നു.. അദ്ദേഹത്തെ പോലെ ഒരാൾ എന്റെ കവിതയെ അംഗീകരിക്കുന്നു എന്നത് കുറച്ചൊന്നുമല്ല ആത്മവിശ്വാസം തന്നത്. ഈ ആദ്യസമാഹാരത്തിൽ ബ്ലർബിന്റെ രൂപത്തിൽ അദ്ദേഹത്തിന്റെ കയ്യൊപ്പ് പതിഞ്ഞിട്ടുണ്ട് എന്നത് അങ്ങേയറ്റം സന്തോഷമുള്ള കാര്യമാണ്..

ഒരുപാട് സുഹൃത്തുക്കൾ എന്റെ കവിതകളെ മനസ്സറിഞ്ഞ് പ്രോത്സാഹിപ്പിച്ചിട്ടുണ്ട്, എന്റെ കവിതകൾക്കായി കാത്തിരുന്നിട്ടുണ്ട്.. വീണ്ടും വീണ്ടും എഴുതാൻ നിർബന്ധിച്ചിട്ടുണ്ട്. അവരുടെ പ്രോത്സാഹനം ഒന്നുകൊണ്ട് മാത്രമാണ് ഞാൻ ഇത്രയേറെ കവിതകൾ കുറിച്ചിട്ടത്. എല്ലാ മുഖങ്ങളും ഈ സമയത്ത് മനസ്സിൽ നിറയുന്നു..

വർഷങ്ങൾക്ക് ശേഷം വീണ്ടും എഴുതി തുടങ്ങിയ ഈ സമയത്ത്, 'ഇത്രയും മൗലികമായ എഴുത്ത് അപൂർവ്വമാണ്' എന്ന് പറഞ്ഞ് തുടർന്നും എഴുതാൻ പ്രോത്സാഹിപ്പിച്ചവരാണ് K.P.S. സർ, ശ്രീകുമാർ സാർ (ദ്രവീഡിയൻ യൂണിവേഴ്സിറ്റി), പ്രസാദ് സാർ, അനുജൻ അനന്തഗോപാൽ ഇവരൊക്കെ. അനിതരസാധാരണമായ കാവ്യാനുശീലനമുള്ള ആര്യലാൽമാഷിനെ പോലെയുള്ളവർ എന്റെ കവിതകളെ ആഴത്തിൽ വിലയിരുത്തി നടത്തിയിരുന്ന അഭിപ്രായങ്ങൾ നല്ലൊരു പ്രചോദനമായിരുന്നു. 'കാലം കഴിഞ്ഞും അറിയപ്പെടാൻ പോകുന്ന കവിതകൾ' എന്ന മാഷിന്റെ നിരീക്ഷണം നല്ലൊരു പിന്തുണയായിരുന്നു. പിന്നീട്, ഓൺലൈനിലും ഓഫ്ലൈനിലുമായുള്ള ഒരുപാട് സുഹൃത്തുക്കൾ

എന്നെ ആത്മാർത്ഥമായി പിന്തുണച്ചിട്ടുണ്ട്. എല്ലാവരേയും സ്നേഹത്തോടെയും ബഹുമാനത്തോടെയും ഓർക്കുന്നു. 'പല കവിതകളും പാഠപുസ്തകത്തിലേതുപോലെ രമാ' എന്ന് പറഞ്ഞ് പ്രോത്സാഹനം തന്നിരുന്ന ഗുരുതുല്യരായ സുകുമാരൻ പെരിയച്ചൂർ സാറിനേയും രാജേന്ദ്രൻ സാറിനെയും പ്രത്യേകം ഓർക്കുന്നു.

വായിച്ചുപോകാവുന്നവ മാത്രമല്ല, ഞാൻ എഴുതുന്ന പല കവിതകളും ആലാപനത്തിന് കൂടി വഴങ്ങുന്നതാണെന്ന് എന്നെക്കാൾ മുമ്പേ തിരിച്ചറിഞ്ഞതും എന്റെ സുഹൃത്തുക്കളാണ്. അവർ അവയിൽ പലതും ഗാനശില്പങ്ങളാക്കി മാറ്റിയപ്പോഴാണ് അവയിലെ ആലാപനസാധ്യത ഞാൻ പോലും അറിഞ്ഞത്. ഒരുപാട് സുഹൃത്തുക്കൾ എന്റെ കവിതകൾ ഗാനശില്പങ്ങളാക്കി തന്നിട്ടുണ്ട്. പാടാൻ അറിയാത്തവർ പോലും അവരുടെ സുഹൃത്തുക്കളെ കൊണ്ട് എന്റെ കവിതകൾ ചൊല്ലിച്ചു തന്നിട്ടുണ്ട്.. വിസ്താരഭയംകൊണ്ട് മാത്രം ആരുടേയും പേരുകൾ പറയുന്നില്ല. ഓൺലൈനിലും ഓഫ്‌ലൈനിലുമായുള്ള എത്രയോ സുഹൃത്തുക്കളുടെ സ്നേഹം കൊണ്ട് മാത്രം സാധ്യമായ ഒന്നാണ് Architham wibes എന്ന യൂറ്റ്യൂബ് ചാനൽ.

എന്നെക്കാളേറെ എന്റെ ചില അടുത്ത സുഹൃത്തുക്കളുടെ നിർബന്ധമാണ് ഈ കാവ്യസമാഹാരം. നന്ദി പറയാൻപോലും കഴിയാത്തവണ്ണം ആത്മാർത്ഥതയുള്ളവർ;സ്നേഹം മാത്രം. കവിതകൾ പ്രിന്റ് എടുക്കുന്നതു മുതലുള്ള കാര്യങ്ങൾ ചെയ്തത് ലാലു കൊയിലാണ്ടി, മഞ്ജുസാം പത്തനംത്തിട്ട, സിറാജ് കാസിം എന്നിവരാണ്. ഈ ആദ്യകവിതാസമാഹാരത്തിന്റെ പ്രസിദ്ധീകരണച്ചുമതല ഏറ്റെടുത്ത കൈരളി ബുക്സ് എം.ഡി. ഒ. അശോക്കുമാറിന് പ്രത്യേകം നന്ദി.

ഇനി ഈ വരികൾ നിങ്ങളുടേതാണ്. ഈ കുറിപ്പുകളിൽ ഗദ്യമുണ്ട്, പദ്യവുമുണ്ട്. പ്രണയമോ, വിരഹമോ, സ്നേഹമോ, സങ്കടമോ, വിശ്വാസമോ, യുക്തിയോ... എന്തൊക്കെയോ ഉണ്ട്. ഒന്നും വെട്ടിയും തിരുത്തിയും എഡിറ്റ് ചെയ്തിട്ടില്ല. മനസ്സിൽ തോന്നിയത് അതേപടി കുറിച്ചുവച്ചതാണ്... ചെത്തി മിനുക്കണം എന്ന് കരുതി മാറ്റിവച്ചതൊക്കെ ഇന്നും അങ്ങനെ തന്നെ അപൂർണമാണ്. ഞാൻ എഴുതിയത് അതേപടി നിങ്ങളുടെ മുന്നിൽ വയ്ക്കുന്നു. എന്റെ ആദ്യത്തെ പുസ്തകമാണ്. സന്തോഷത്തോടെ, സ്നേഹത്തോടെ നിങ്ങളുമായി പങ്കുവയ്ക്കുന്നു..

07 ജൂൺ 2022

തിരക്കുകൾക്കിടയിലും എന്റെ ഈ ആദ്യപുസ്തകത്തിനുവേണ്ടി സമയം കണ്ടെത്തി, അവതാരിക എഴുതുകയും ബ്ലർബ് തയ്യാറാക്കുകയും ചെയ്ത ശ്രീ.കെ.സി നാരായണൻ, ശ്രീ. സി.ആർ പരമേശ്വരൻ എന്നിവരെ നിറഞ്ഞ മനസ്സോടെ ഓർക്കുന്നു.

ഞാനെഴുതുന്നവ പുസ്തകരൂപത്തിൽ പ്രസിദ്ധീകരിക്കപ്പെടേണ്ടതാണ് എന്ന് നിരന്തരം ഓർമ്മിപ്പിച്ചിരുന്ന ഗുരുവായൂരപ്പൻ കോളേജ് മലയാളഗവേഷണവിഭാഗം മേധാവി ഡോ.ശ്രീശൈലം ഉണ്ണിക്കൃഷ്ണൻ, സമാഹാരത്തിലേക്കുള്ള കവിതകളുടെ തിരഞ്ഞെടുപ്പ് മുതൽ ആശയക്കുഴപ്പം വരുന്ന സന്ദർഭങ്ങളിലൊക്കെ ഒപ്പം നിന്ന പ്രിയ ഗുരുനാഥൻ ഡോ.കെ.രമേശൻ (അസിസ്റ്റന്റ് പ്രൊഫസർ ഇൻ മലയാളം, ഗവൺമെന്റ് കോളേജ്, മാനന്തവാടി), ഇവർ രണ്ടാളുടെയും സാന്നിധ്യം സ്നേഹത്തോടെയും ആദരവോടെയും ഓർക്കുന്നു..

ഡോ.ജിനേഷ്കുമാർ എരമം, പ്രശാന്ത് ബാലചന്ദ്രൻ, ശ്രീകുമാർ മാവൂർ, ഷീബ വടകര എന്നീ സുഹൃത്തുക്കളെ സ്നേഹത്തോടെ ഇവിടെ ചേർത്തുപറയട്ടെ.

ഊയെൻറമ്മോ...

കവിത പെറുന്ന പെണ്ണിനെ കണ്ട്..
മിഴിഞ്ഞ് മിഴിഞ്ഞ് ഇറങ്ങിപ്പോയ കണ്ണുകൾ മടങ്ങിവന്നില്ല...

അമ്പമ്പോ എന്തൊരു പെണ്ണ്...!!
നേരെ നിന്നാലും കൂനി നിന്നാലും കവിത...
വെറുതെയിരുന്നാലും പണിതിരുന്നാലും കവിത.......!

കവിത കേൾക്കാൻ
വട്ടം നിന്ന് വട്ടം നിന്ന് പോയ
ചെവിയും മടങ്ങിവന്നില്ല....

അമ്മമ്മോ എന്തൊരു വമ്പത്തി..!!!
പൂവ് കണ്ടാലും പുഴുവിനെ കണ്ടാലും കവിത..
നോവ് കണ്ടാലും നിറവ് കണ്ടാലും കവിത..!

മണത്ത് മണത്ത്....
അക്ഷരം പെറുക്കാൻപോയ
മൂക്കും വിരലും മടങ്ങിവന്നില്ല....

അയ്യയ്യോ.. എന്തൊരു കണിശക്കാരി...!!!
സ്വരമെടുത്താലും മുറിയെടുത്താലും കവിത.
ചില്ലെടുത്താലും വിസർഗ്ഗമിട്ടാലും കവിത..!
കവിത രുചിച്ച് രുചിച്ച് വഴുതിപ്പോയ മനസ്സും
മടങ്ങി വന്നില്ല..

ഹെൻ്റമ്മോ.. .. എന്തൊരു ധാരാളത്തി..!!!
അട്ടത്തും താഴത്തും കവിത..
ഉമ്മറത്തും പിന്നാമ്പുറത്തും കവിത..!

ഊയെൻറമ്മോ.!!!!

ഇപ്പെണ്ണിനെ കണ്ടെന്ന്, ഞാനെവിടെ ചെന്ന്,
ആരോട് ചെന്ന് പറയും...???
രണ്ട് കണ്ണും രണ്ട് കാതും മാത്രമുള്ള
ഏത് മനുഷ്യനോട് പറയാൻ പറ്റും..!?

പോണ വഴീലൊക്കെ ഇറ്റിറ്റ് വീഴാൻ..
കവിത മുറിച്ച് വച്ചൊരു പെണ്ണ്......

11 ജൂലായ് 2020

ജന്മസാഫല്യം

കവിത പോലെ മനോഹരം നിൻ മുഖം.
കതിരുപോലതിൽ മിഴികൾ പ്രദീപ്തവും.

കവിൾത്തുടുപ്പിൽ മറയ്ക്കുന്നു നീ,യിളം
തളിര് വെമ്പുന്ന കൗതുകം മോഹനം..

അധരമെത്ര മുഗ്ദ്ധം, പ്രഫുല്ലജം
ചിരിമറയ്ക്കുന്ന നേത്രങ്ങൾ താനവ...

ഉയരുവാൻ ആഞ്ഞെണീല്ക്കുമീ നാസിക
അഖിലലോകവും വെല്ലുന്ന ഭംഗിയാൽ
ഭുവിയിൽ നീ തന്നെ പ്രഥമമെന്നോതിയെ-
ന്നുയിരു കൊത്തി എഴുതിവയ്ക്കുന്നിതാ...

....

ഇരുളു കൊത്തുന്ന നേരത്തുമാത്മാവിൽ,
തിരികൊളുത്തും ചെറുചെരാതിന്റെ വെട്ടമായ്..
അരികു പറ്റിയിരിക്കും നിൻ പ്രാണന്റെ
നനുനനുത്ത മിടിപ്പെന്റെ ജീവിതം

മൃതശരീരത്തിനപ്പുറത്തെത്തുന്ന
കരുണനീളും വിരൽത്തുമ്പിനാലെ നീ
കവിതനീട്ടുമ്പൊഴാണെന്റെ ചേതന
അനുഭവിയ്ക്കുന്നു ജന്മസാഫല്യം..

22 നവംബർ 2021

ഓള്

പൊളിഞ്ഞു കീറിയ കാലിൽ
ഉപ്പുശീല വരിഞ്ഞു കെട്ടി
അവൾ ആഞ്ഞ് നിന്ന് വീശാൻ തുടങ്ങി...

ഇരുന്ന വീടും ചെന്ന നാടും തണുതണുക്കട്ടെ...
കൊമ്പുള്ള ആണുങ്ങടേം വമ്പുള്ള
പെണ്ണുങ്ങടേം
വിമ്മിട്ടം മാറട്ടെ...

കുഴിഞ്ഞ് പോയ കണ്ണുകൾ
ഏണി വച്ച് തോണ്ടിയെടുത്ത്
അവൾ ഊതി ഊതി നീറാൻ തുടങ്ങി.
വീട്ടിലെ അടുപ്പും നാട്ടിലെ അടുപ്പും
ചെമന്ന്പഴുക്കട്ടെ...
മുറ്റുള്ള മാളോരും മൂക്കളപെള്ളേരും
വയറ്മുട്ടെ തിന്നട്ടെ...

കയ്യിലെ വിരൽചുറ്റു നിവർത്തി വച്ച്
മുഷിഞ്ഞു നാറിയ തുണികളിൽ
അവൾ ചിത്രമെഴുതിയെഴുതി പതപ്പിയ്ക്കാൻ തുടങ്ങി...
ചുരുണ്ട്കെട്ടിയ വാടയെല്ലാം നിലവറയിലെ
ചിത്രഭരണികളിലെത്തട്ടെ...

ഒടിഞ്ഞു തൂങ്ങിയ നടു,
വലിയ പിന്ന് കൊണ്ട് കുത്തിവച്ച്
കിണറ്റുകരയിലും അടുക്കളയിലും
പിന്നാമ്പുറത്തും ഓള് നൃത്തം വച്ചു...

ഓളും സൊപ്പനം കണ്ടു,.!!!

പെണ്ണ് പൂത്തപ്പോൾ

ഉറങ്ങിനടക്കുമ്പോഴും ഉണർന്നുറങ്ങുമ്പോഴും
നിർത്താതെ നിർത്താതെ കണ്ടു.,,

പിന്നാമ്പുറത്തിനും അപ്പുറത്ത്.,
കട്ട പച്ചമണ്ണിൽ,
കാടും പടലും വെട്ടിത്തെളിച്ച്,
പാമ്പിനെയും പഴുതാരയെയും ഓടിച്ച്.,
മണ്ണീന്ന് താഴോട്ട് പോണ
ഇത്തിരി സ്ഥലം മിനുക്കിയെടുക്കണം.
പിന്നു കുത്തിവച്ച നടു
ഒന്ന് നീർത്തി വയ്ക്കണം.

എത്ര വലിഞ്ഞ് നടന്നിട്ടും
അവൾക്ക്,
അതിന് മാത്രം സമയം കിട്ടിയില്ല.

20 ജൂലായ് 2020

മഹാമാരി

ഞാറ്റുവേല തൻ താളം പകുത്ത്,
കൂട്ടുകൂടിയാ കർഷകക്കൂട്ടം
തെല്ല് ചൂളി വിറപ്പൂ, എന്നാലും
ഉള്ളിലൊട്ടും വിറച്ചിടാതങ്ങ്
നല്ല നാളേയ്ക്ക്, നാട്ടിന്നുമായി
ഇമ്പമോടെ പണിയുന്ന കാലം...

കൊച്ചു പുസ്തകസഞ്ചികൾ തൂക്കി,
ചുറ്റിലും മഴത്തുള്ളികൾ പാറ്റി,
വട്ടമിട്ടുപോം പുള്ളിക്കുടയിൽ
ഒച്ചവച്ച് കലപില കൂട്ടി,
ഭൂമിയെപ്പോലും കൂടെ നടത്തി,
കുഞ്ഞുപൂവുകൾ പോവുന്ന കാലം...

വമ്പ് കാട്ടി, തിരക്കി തിമിർത്ത്
ഹുങ്ക് മൂളി, സർവം കുലുക്കി
'നേരമില്ലൊട്ടും' എന്നാർത്ത് കൂകി
കണ്ണു കാണാത്ത മട്ടങ്ങ് പായും
വണ്ടികൾ കൊണ്ട് മൂടുന്ന കാലം-.

തൊട്ടു,തൊട്ടെത്രെ ഭക്ഷണശ്ശാലകൾ..
എണ്ണ മുട്ടി മൊരിയും സുഗന്ധം.
ഉള്ളിലേറും തണുപ്പിന്റെ കൂടെ
ഇറ്റു ചൂടേറ്റി മഴയെ കുടിക്കാൻ
ഒത്തുകൂടുന്ന സൗഹൃദക്കാലം.

ഇത്രമാത്രം മനോഹരമായിരുന്നെ-
ന്നു ഞാ,നറിഞ്ഞിപ്പോഴിതത്രെ...
എന്റെയെന്ന് ഞാൻ ഓരോന്നെടുത്ത്

പെണ്ണ് പൂത്തപ്പോൾ

എണ്ണി നോക്കീതുമിപ്പോഴിതത്രെ...
എന്റെ കൂടെയലിഞ്ഞു നിറഞ്ഞ്
എന്നെ ഞാനാക്കി നിർത്തിയതൊക്കെ
ഇന്ന് വേറിട്ടഴിച്ചെടുത്തിട്ട്, എണ്ണി മാറ്റീ,
വെറും ഓർമകളാക്കി...... ..

എന്തു മാരി നീ, എവിടന്നു വന്നു?
കേട്ടുകേൾവിയില്ലിങ്ങനെയൊന്ന്.
ഏതു കാളകൂടം പെറ്റു നിന്നെ?
ഒട്ടുമില്ലല്ലോ ദുഷ്ടേ, ദയവ്...?
കൊന്നു തിന്നുന്ന ശത്രുക്കൾ പോലും
വെന്നതിൻ ശേഷം ഒന്നങ്ങടങ്ങും..
എന്തൊരാർത്തി,? നിനക്കെന്തുമാത്രം
തിന്നുതീർത്താലുമൊടുങ്ങാത്തൊരാർത്തി..!!

ഏത് കയ്പും കുടിച്ചത് ഞങ്ങൾ കൂട്ടമായി,
മധുരിച്ചു പിന്നെ...
ഓർമ പൂക്കും വസന്തങ്ങളായി.........
ഓർമ പോലും ഓർക്കാതിരിക്കാൻ,
കൂട്ടം തെറ്റിച്ചൊറ്റയാക്കുന്നോ..??

വയ്യയിങ്ങനെ ഒറ്റയ്ക്ക് കൂടാൻ
കൂട്ടതില്ലാതെ മാനുഷനാമോ..??

06 ജൂലായ് 2020

മനുഷ്യനെ ഒറ്റപ്പെടുത്തുന്ന കോവിഡ് എന്ന മഹാമാരിയെ കുറിച്ച്..
ഒരു ലോക് ഡൗൺ കവിത.

മറവു ചെയ്യുമ്പോൾ...

മറവു ചെയ്യുമ്പോൾ,
കുഴിയുടെ അളവ് കൃത്യമായിരിക്കണം..

ഒരു ഒട്ടുനൂലിന്റെ വിടവ് പോലും ബാക്കിവയ്ക്കരുത്...

പിടിച്ച് കയറി പിന്തിരിഞ്ഞ് വന്ന്കളയും..
അത്രയ്ക്കും ഇഷ്ടമായിരുന്നു നിന്നെ.

31 ഡിസംബർ 2021

വിരഹം

നിന്റെ മൗനമാണ് വാക്കുകൾക്കു
സൗന്ദര്യമുണ്ടെന്ന് എനിക്ക് പറഞ്ഞു തന്നത്...
പറയാതെ വിഴുങ്ങിയ അക്ഷരങ്ങളെ ഓർത്തു
വേദന വിങ്ങിയത്...

നിന്റെ മറവിയിലാണ് എന്റെ
അശ്രദ്ധയെ കുറിച്ച് ഞാൻ പശ്ചാത്തപിച്ചത്.
എന്റെ അഹങ്കാരത്തിന് ഞാൻ വിലയിട്ടത്.

നീ നക്ഷത്രത്തെപ്പോലെ കൂട്ടം ചേർന്ന്
തിളങ്ങിത്തുടങ്ങിയപ്പോഴാണ്
ഞാൻ കാണാതെ പോയ
ആ ഒറ്റസൂര്യനെ കുറിച്ച് ഓർത്തത്..
എന്റെ കൈക്കുമ്പിളിൽ കൊണ്ട് നിറച്ചിരുന്ന
വെളിച്ചത്തെക്കുറിച്ച് പാടിത്തുടങ്ങിയത്...

നീ മാറിനടന്നപ്പോളാണ്
ഞാൻ ഒറ്റയ്ക്കായിരുന്നില്ല എന്നറിഞ്ഞത്..
ചേർത്തു വയ്ക്കാമായിരുന്ന എന്റെ
കാലടികളെ ഊന്നു നോക്കിത്തുടങ്ങിയത്.

എങ്കിലും,
നിന്റെ പുച്ഛമാണ് എന്റെ കാലുകൾക്ക് കരുത്തും
ചിറകുകൾക്ക് ഉയരവുമുണ്ടെന്ന്
എന്നോട് പറഞ്ഞത്..
മുൾക്കാടുകൾക്ക് ഇടയിലൂടെ
മൂളിപ്പറക്കാൻ എന്നെ പഠിപ്പിച്ചത്..

നിന്റെ അവഗണനയാണ്
പാറിനടക്കുന്നതിന് പകരം

ചവിട്ടിനടക്കാൻ എന്നെ പഠിപ്പിച്ചത്..
തന്തവിരലിലൂടെ അരിച്ചു കയറുന്ന
തണുപ്പിന്റെ ഗന്ധം
നെഞ്ചിലാവാഹിക്കാൻ ശീലിപ്പിച്ചത്.

പിന്നെ,
നിന്നെ നീയായി മാത്രം കണ്ടപ്പോളാണ്
വേർപാടുകളിലും സന്തോഷിക്കാൻ ഞാൻ പഠിച്ചത്..

എന്നിട്ടും,
നിന്നെ വേറിട്ടൊരാളായി കാണുമ്പോഴും
നിന്നെ ചൂഴുന്ന കയങ്ങൾ
എന്നിൽ സഹതാപവും വേദനയും
നിറയ്ക്കുന്നു എന്നിടത്താണ്,
ഞാൻ എന്നെ അറിഞ്ഞത്,,
എനിയ്ക്ക് എന്നെ കുറിച്ച്
അഭിമാനം തോന്നിയത്.

06 നവംബർ 2021

മറവിയാണോണം

"ഓർമയുടെ പൂക്കാലമോണം"
നാവ് ചൊല്ലും വെറും നാട്യം.
മറവിയായീടണമോണ,മെ,ന്നാത്മാവിൽ
മുറുകുന്ന പച്ചയാം സത്യം..

ആളിത്തിളയ്ക്കുന്ന ഓർമകളെ ഓടിച്ച്,
മറവിയുടെ തൂശനില നെടുതായിയിട്ടിട്ട്
ജീവിതകാമനകളെല്ലാം വിളമ്പിയി-
'ട്ടോർമയിൽ വാടരുതെ'ന്നോണം.

എല്ലാം മറക്കണം, എല്ലാം മറക്കണം.
മാവേലിത്തമ്പുരാൻ ഇവിടിനിയില്ലെന്ന്..
മാനുഷരെല്ലാം പലതായി പോയെന്ന്..
ഉള്ളവൻ പന പോലെ പൊങ്ങിയുയർന്നെന്ന്,
ഇല്ലാത്തവൻ വെറും കീടമായ് പോയെന്ന്,
എല്ലാം മറക്കണം.

കള്ളപ്പറകൾ പലതുണ്ട് ഭംഗിയിൽ
പതിരും പൊളിയും പൊലിപ്പിച്ച-
ളക്കുവാനെന്നും മറക്കണം.
കണ്ണൊന്നു തെറ്റിയാൽ നെഞ്ചു പിളർക്കുന്ന
ചതിയുടെ കഠാരകൾ പുളപ്പത് മറക്കണം.

ആധിയും വ്യാധിയും നെഞ്ചിൽ പുഴുങ്ങുന്ന,
കുഞ്ഞുങ്ങളെ കൊല ചെയ്യാൻ മടിക്കാത്ത
നീറുന്ന നാടാണിതെന്നും മറക്കണം.
എല്ലാം മറക്കണം.

ഓരോ മനസ്സിലും ആഴത്തിലായൊരു
മറവിയുടെ നിലവറ താഴിട്ടൊരുക്കണം.

ഓർമയുടെ വേരും മുളയും പൊടിക്കാതെ
ഏഴു പൂട്ടിട്ടാ നിലവറ കാക്കണം.

എല്ലാം മറക്കണമെന്നതു കൊണ്ടല്ലേ..
ഇന്നലെപ്പോയ നിലാവിനെ മറന്നിട്ട്
ഇന്ന് തിരുവോണമാടിക്കളിച്ചത്..?

കൂടെയുറങ്ങിയ ഒരുപാട് ജീവനുകൾ,
പിറ്റേന്നുണരുവാനാകാതെ പോയതും
വേദനയാകാതെ ഓണമതുണ്ടത്
'ഓർമ മരിച്ചതിൻ ഓണ'മായിട്ടല്ലേ..?

ഓർമയുടെ മരണമാണോണം..
മറവിയുടെ പടവുകളിറങ്ങാനറയ്ക്കുന്ന
ചോരയുടെ ചൂടുള്ള, ജീവന്റെ പിടപ്പുകളെ
അവസാനനീർ കൊടുത്ത,കലേക്കയയ്ക്കുന്ന
ശാന്തിതൻ തീർത്ഥമാണോണം.

01 സെപ്തംബർ 2020

എനിക്ക് പാടണം

എനിക്ക് പാടണം, ഉറക്കനെ തന്നെ..
മധുരമെൻ സ്വരം നിറഞ്ഞ നേരിനാൽ....
കരിഞ്ഞു തീരുവാൻ പടുമുളയല്ല
ഉദയസൂര്യന്ന് ഉടപ്പിറന്നവൾ.

ഉണരുവാനായും ചെറുപുല്ലിനെയും
അതിമൃദുലമായ് തലോടിപ്പോകവൾ.
ക്ഷണമാത്ര ഹിമകണത്തെയും ചെമ്മേ
അതികരുണയാൽ അണച്ചുചേർപ്പവൾ
അരിയ പൂവുകൾ വിടർന്നുപോരുവാൻ
അലിവോടെ ചേർന്നു കരം കൊടുപ്പവൾ.

കടുത്ത ചൂടിലും തനു മറന്നങ്ങു
തനിച്ചു താൻ നിന്നു നിറഞ്ഞുകത്തുന്നോൾ.
മനുഷ്യകാപട്യം വിയർപ്പ് കൂട്ടുന്ന
അഴുക്കുചാലിലും തിളച്ചുതൂവുന്നോൾ.
എരിഞ്ഞു തീരണം മനുഷ്യനെ കൊല്ലും
നശിച്ചനാട്യ,മെന്നുറച്ച് നില്പവൾ.

കരുത്തു കാട്ടുക ദമത്തിൽ മാത്രമെ-
ന്നൊതുങ്ങി, അസ്തമിച്ചുറങ്ങാൻ പോവവൾ
പതിഞ്ഞുപോയൊരു ഹൃദയത്തെ പറി-
ച്ചെടുത്തകലുമ്പോൾ തുളുമ്പിപ്പോവവൾ

കടലിന്നാഴത്തിൽ സ്വയം സമാധിയ്ക്കായ്
ഇറങ്ങിടുമ്പോഴും കടുത്ത രാഗത്താൽ.,
പറിച്ചു പ്രാണന്റെ തുടുത്ത ചിന്തിനാൽ
പൃഥ്വിയ്ക്ക് ചെഞ്ചായം അഴകൊരുപ്പവൾ.

ഇവൾക്ക് പാടണം, മനം നിറവോളം
പതിച്ചുപോകണം മറവി തീണ്ടാത്ത
നനവിൻ വാക്കുകൾ ക്ഷിതിതൻ നെഞ്ചിലായ്.

05 ഒക്ടോബർ 2021

സ്വതന്ത്രത

(സ്വാതന്ത്ര്യദിനഗീതം)

അരാജകത്വമല്ലയീ സ്വതന്ത്രതയ്ക്ക് പൊരുളു,കേൾ..
അപരനേയും ചേർത്ത് നിർത്തും മനുജസ്നേഹമാണത്.

ഒറ്റയായി നിന്നു ലോകം കീഴ്പ്പെടുത്തലല്ലത്,
ഒത്തുചേർന്ന് പുതിയ ലോകം തീർത്തിടുന്നതാണത്.

എത്ര കീഴ്പെടുന്നവന്നും ഏറ്റവും ഉയരെയായ്,
തന്റെ ശബ്ദമലകൾ തീർക്കും നാകമാം സ്വതന്ത്രത.

എത്ര പൂർവികർ കൊടുത്തു ജീവിതങ്ങൾ, ജീവനും,
പുത്രരൊത്തുചേർന്ന് നാട് വിണ്ണതാക്കി മാറ്റുവാൻ.

എത്ര ബാലകർ, തികഞ്ഞ യൗവനത്തികവുകൾ.
എത്രപേർ ബലി കൊടുത്തു ജീവിതങ്ങൾ ധീരമായ്...

പൗത്രർ നമ്മളോർമയുള്ളിൽ കെട്ടിടാതെ കാക്കണം,
മഹത്പിറവികൾക്ക് മണ്ണിൽ നാമ്പുകൾ പിറക്കണം.

സ്വാർത്ഥർ നമ്മളോർമകെട്ട് മത്തടിച്ച് പോക്കൊലാ,
സ്വതന്ത്രജീവിതം തരുന്ന ശാന്തിയെ, സമൃദ്ധിയെ...

ശിരസ്സുയർന്ന് നില്ക്കണം, മനസ്സതാർദ്രമാവണം,
ചുറ്റുമുള്ള തിന്മകൾക്കെതിര് ശബ്ദമാകണം..

ഭയമൊഴിഞ്ഞ് പോകണം, സ്ഥൈര്യമാർന്നു നില്ക്കണം..
കരുണ ചേർത്ത് നേടണം അറിവതൊക്കെ കുതുകമായ്..

സഹജരെന്ന് കരുതുവാൻ സ്വയം വഴങ്ങി നില്ക്കണം.
സ്നേഹമുള്ള ഭൂവു തന്നെ സ്വർഗമെന്നതോർക്കണം..

06 ആഗസ്ത് 2021

ഇരദിനം

നിങ്ങളിന്ന് കുളിച്ചൊരുങ്ങി വരണം...

വട്ടക്കണ്ണുകളിൽ കൗതുകം നിറച്ച്,
കുഞ്ഞുമുടിക്കെട്ടിൽ ചന്തമുള്ള
ക്ലിപ്പുകൾ കുത്തി വരണം.

പൂമ്പാറ്റകളെ തുന്നിപ്പിടിപ്പിച്ച
കുഞ്ഞുഫ്രോക്കുകളിട്ട്
തുള്ളി പറന്ന് വരണം..

കുഞ്ഞുശരീരത്തിൽ കൊള്ളാനാവാത്ത
പാന്റും ഷർട്ടുമൊക്കെ ഇട്ട്
വമ്പന്മാരായി വരണം.

തുടുത്ത കവിളുകളും നുണക്കുഴികളും
ഇങ്ങനെ വിടർന്ന് നില്ക്കണം.

ഞങ്ങൾ കെട്ടിയ പാട്ടുകൾ തലയാട്ടി,
കൈവീശി ഉറക്കെ പാടണം.

ഞങ്ങൾ,
വെളിച്ചത്ത് മധുരമുള്ള മിഠായികൾ തരും.
നിങ്ങൾക്കറിയാത്ത, പല പല രുചികൾ
കൂട്ടിക്കുഴച്ച് ഇരുട്ടത്ത് വിളമ്പും'.

പാതിരാത്രി,
വീട്ടുമുറ്റത്തും പെരുവഴിയിലും
ഒറ്റയ്ക്കായി പോയ നിങ്ങളെ നോക്കി
ഞങ്ങൾ കുലുങ്ങി ചിരിക്കും.
ദൂരെ മറഞ്ഞിരുന്ന്,
നിങ്ങളുടെ കരച്ചിലുകൾ
പോട്ടം പിടിക്കും.

പെണ്ണ് പൂത്തപ്പോൾ

പിറ്റേന്ന് പകൽവെട്ടത്ത്,
രാത്രി നിങ്ങളെ കൊത്തിപ്പറന്ന
കഴുകന്റെ കോലം കത്തിച്ച് കരയും..

വെളിച്ചത്ത് നിങ്ങളുടെ അനാഥത്വത്തിന്
ബാനർ പിടിക്കും.
ഇരുട്ടത്ത് നിങ്ങളുടെ
വീഡിയോ കണ്ട് ചൂട്പിടിക്കും....

വെളിച്ചത്ത്,
നിങ്ങളുടെ കുപ്പായങ്ങൾക്ക്
റോസാപ്പൂവ് തുന്നിപ്പിടിപ്പിക്കും.
ഇരുട്ടത്ത്,
നിങ്ങളുടെ കുഞ്ഞു കഴുത്തുകൾക്ക്
ചന്തമുള്ള കയർകുരുക്കുകൾ മെനയും.

വെളിച്ചത്ത്, ഞങ്ങൾ ആട്ടിൻതോലിട്ട്
നിങ്ങൾക്ക് വേണ്ടി പാട്ടു കെട്ടും,
പാടി തിമിർക്കും...
“ആറ്റിലും നീറ്റിലും പോകാതെ കാക്കും
കാക്കയും പൂച്ചയും നോക്കാതെ കാക്കും.”

ഇരുട്ടത്ത്,
നഖവും പല്ലും നീട്ടി വച്ച്
വീതം വയ്ക്കും,..
ഇറച്ചി, ചോര, പപ്പ്, ചിറക് എല്ലാം...

ഒരു കാക്കയും ഒരു പൂച്ചയും കൊണ്ടുപോകാതെ,
ഒരു തുള്ളി പോലും വിട്ടുകൊടുക്കാതെ
നക്കി തീർക്കും.

14 നവംബർ 2019

ഇമോജികൾ

കരയാനും ചിരിക്കാനും സമയം
തികയാതെ വന്നപ്പോളാണ്
അവൾ ഇമോജികളെ തിരഞ്ഞ് പിടിച്ചത്.

കൊള്ളാം,
നല്ല വെടിപ്പും ചന്തവുമൊക്കെയുണ്ട്...
തന്റെ മുഷിഞ്ഞ ചിരിയും
പുഴുങ്ങിയ കരച്ചിലും പോലെയല്ല.

അവൾ ഓരോന്നിലും മാറിമാറി
ഇറങ്ങിനിന്നു നോക്കി.
നല്ല പാകം,
നല്ല ചന്തം,
അതിനേക്കാളൊക്കെ
കയറാനും ഇറങ്ങാനും എന്തെളുപ്പം!
ഒട്ടും സമയം വേണ്ട.

ചാഞ്ഞും ചരിഞ്ഞും കൈനീട്ടിവച്ചും
കാൽ മടക്കിവച്ചും
അവൾ ഇമോജികളിൽ കയറിയിരുന്നു നോക്കി..
എങ്ങനെയിരുന്നാലും നല്ല പാകം, നല്ല ചന്തം.!

തന്റെ ഭംഗിയില്ലാത്ത ചിരിയ്ക്ക് പകരം
നല്ല മുത്തു തിളങ്ങണ ചിരി..

ചിരിക്കുമ്പോൾ മുഖക്കുരുവും
പൊട്ടിയ പല്ലുകളും കാണാനില്ല.
മേൽച്ചുണ്ട് കൂടുതൽ മുകളിലേക്ക്
കയറുന്നതോർത്ത്,
വിരൽ കൊണ്ട് മറച്ച് പിടിക്കേണ്ട...

പെണ്ണ് പൂത്തപ്പോൾ

പൊട്ടിച്ചിരിക്കുമ്പോൾ പോലും
ഒഴിഞ്ഞ മോണക്കുഴികൾ കാണില്ല.

കരച്ചിലിനെ കണ്ടപ്പോഴാണ്
അവൾക്ക് ശരിക്കും ആശ്വാസമായത്...

കരച്ചിലിന് പോലും ഒരു ചന്തമൊക്കെയുണ്ട്.
മൂക്കിൽ നിന്നും ആ നശിച്ച വെള്ളം ഒലിച്ചിറങ്ങില്ല.
ഒരുമാതിരി കോക്കാച്ചിത്തവള പോലെ
ചിറി രണ്ടു വശത്തേക്കും കോടിപ്പോവില്ല.

തനിക്ക് ഇടയ്ക്കിടയ്ക്ക് ആവശ്യം
വരാറുള്ളത് കൊണ്ട്
അവൾ കരച്ചിലിന്റെ ഇമോജിയെടുത്ത്
പ്രത്യേകം സൂക്ഷിച്ചു വച്ചു.

എങ്കിലും,.
കൂട്ടത്തിൽ ആ നെഞ്ചത്തടിച്ചുള്ള
കരച്ചിൽ കാണാഞ്ഞിട്ട്
അവൾക്ക് ചെറുതല്ലാത്ത നിരാശ തോന്നി..
ശ്വാസം കിട്ടാതെ പിടയുമ്പോൾ,
വല്ലാത്തൊരു കാരുണ്യത്തോടെ
അവ പലപ്പോഴും
അവളെ ജീവിതത്തിലേക്ക് കൊണ്ടുവന്നിരുന്നു.

ഹൃദയത്തിന്റെ ഇമോജിയാണ്
അവളെ അത്ഭുതപ്പെടുത്തിക്കളഞ്ഞത്...
എത്ര എളുപ്പത്തിലാണ് അത്
ഇങ്ങനെ എടുത്ത് പുറത്ത്‌വയ്ക്കുന്നത്....!!

മുൻപ്,
തന്റെ കാമുകന്റെ കണ്ണുകൾക്ക്
ഹൃദയത്തിലെത്താൻ മാത്രം
നീളമില്ലെന്ന് തോന്നിയപ്പോഴാണ്

അവൾ ഷാളു കൊണ്ട്
ഹൃദയം അടച്ച്വച്ച് ഇറങ്ങിയത്..

പിന്നെ,
ഭർത്താവിന്റെ ഷൂസിട്ട കാലുകൾ
തന്റെ ഹൃദയം ഇങ്ങനെ
നിലത്തിട്ട് ഉരുട്ടിക്കളിക്കുന്നത് കണ്ടപ്പോഴാണ്
നെഞ്ചിൻകൂട് പൊള്ളയായിപ്പോയെന്ന്
അവളറിഞ്ഞത്.

ആ ഹൃദയം, വീണ്ടും ചെമന്നുതുടുത്ത്
ഇങ്ങനെ കയ്യിൽ കിട്ടിയപ്പോൾ
അവൾക്ക് കൗതുകവും ചിരിയും വന്നു.

കിട്ടിയിടത്തൊക്കെ ഓടിനടന്ന്
അവൾ ഹൃദയം വിതരണം ചെയ്തു.
കൂട്ടത്തിൽ,
ഓരോ ഉമ്മയും കൂടി ഒട്ടിച്ചുവച്ചു.

അടുക്കളയിൽ പോലും ഉയർത്താൻ
ധൈര്യമില്ലാത്ത തന്റെ മുഷ്ടികൾ
എല്ലാ അഭിപ്രായങ്ങൾക്കടിയിലും കൊണ്ട്
ആഞ്ഞുകുത്തി.

ഹൃദയത്തോടൊപ്പം മലർന്ന ചുണ്ടുകളും
നിറഞ്ഞ ഇൻബോക്സുകൾ
അവൾ വിം ഇട്ട് കഴുകി വെടുപ്പാക്കി.

തന്റെ ചുണ്ടുകളുടെ ചെമപ്പിൽ
വിശ്വാസമുള്ളതു കൊണ്ട്
ലിപ്സ്റ്റിക്കും കൺമഷിയുമൊക്കെ
എടുത്ത് പിന്നാമ്പുറത്ത് കൊണ്ടു വച്ച്,
ഇമോജി ബോക്സിന്റെ കനം കുറച്ചു...

പെണ്ണ് പൂത്തപ്പോൾ

പെട്ടെന്ന് കൈയെത്തി എടുക്കാവുന്ന,
അവൾക്കിഷ്ടപ്പെട്ട കുറച്ച് ഇമോജികൾ മാത്രം.

എന്നിട്ടും,
ജീവിക്കാൻ തുടങ്ങിയപ്പോൾ
അവൾ മുമ്പത്തെക്കാളും മുടന്തിപ്പോയി...

താൻ ഏറ്റവും കൂടുതൽ
ഉപയോഗിച്ചിരുന്ന ഒന്നിന്റെ കുറവ്...
ആ ഇമോജി മാത്രം കൂട്ടത്തിൽ ഇല്ലായിരുന്നു.

തന്റെ ആഴങ്ങളിൽ നിന്നും
വന്നിരുന്ന ആ വിളറിയ ചിരി...
കീറിയൊഴുകുന്ന മനസ്സിനെ
പൊത്തിപ്പിടിച്ചു വച്ചിട്ട്,
മുഖത്ത് വരുത്താറുള്ള ചെറിയ,
വളരെ ചെറിയ,
ഹൃദയവുമായി
കണ്ണു പൊത്തിക്കളിച്ചുള്ള
ആ ചിരി...

അത് കിട്ടാതെ അവൾക്ക് ശ്വാസംമുട്ടി.

25 നവംബർ 2020

മഹാത്മാവ്

കാലമെന്നത്, ചിലർക്കു മുമ്പിലായ്
ഓടുവാൻ മറന്നങ്ങു നിന്നിടും.
മായ്ച്ചു നീക്കുവാൻ കെല്പതില്ലാതെ,
ബാക്കിവയ്ക്കും മഹത്സ്മരണകൾ.

28 ആഗസ്ത് 2020

അക്ഷരം

അക്ഷരമെന്നാൽ അരുളാകേണം
അലിവിൻ മുഖമായ് മാറേണം...
അടുത്ത് നില്പവരുരിയാടാതെ
അവരുടെ ദുഃഖം അറിയേണം

അക്ഷരമെന്നാൽ അഗ്നിയതാകണ-
മരികത്തുള്ളവനുണരാൻ വേവും
ഹൃദയത്തിൻ തുടിയാകേണം.
ഇരുളുകൾ നീക്കി, വെളിച്ചം കാട്ടി,
തലമുറ തോറും പടരാൻ വെമ്പും
ഉലയാതുള്ളൊരു ജീവത്പൊരുളാം
അഗ്നിയതാകണമക്ഷരവും...

അക്ഷരമെന്നാലുയരം വിട്ടും
താഴ്ചയിലേക്ക് കുതിച്ചെത്തുന്നൊരു
ആത്മാവിൻ ജലമാകേണം,
കേടായ് പോയൊരു പാഴ്ജന്മത്തിൽ
കൂമ്പു വിടർത്തും കുളിരാകേണം.

താങ്ങും തണലും കിട്ടാതയ്യോ
വാടിയൊടുങ്ങും നാമ്പുകളെ
നറുജീവാമൃതമേകും കനിവാൽ
താങ്ങിയുയർത്തും നനവാകേണം,,

08 സെപ്തംബർ 2020

പ്രണയമാണെനിക്ക്...

പ്രണയമാണെനിക്കക്ഷരപ്പെയ്ത്തിനെ.
അതിരുവിട്ടും പറന്നടിച്ചുയരെയായ്..
സകല ഗോളവും അമ്മാനമാടുമാ
ക്ഷുഭിതയൗവന മാസ്മരത്തുണ്ടിനെ..

ആഴിയാഴത്തിൽ ചെന്നടിഞ്ഞാണ്ടു പോം
ആളറിഞ്ഞിടാ നിസ്സാരജീവനെ
ആഞ്ഞു നെഞ്ഞോടു ചേർത്തെഴുന്നേല്പി-
ച്ചാഞ്ഞു വയ്ക്കും കുതിപ്പിൻ കരുത്തിനെ...

പ്രണയമാണെനിക്കക്ഷരപ്പെയ്ത്തിനെ,
കരളു കൊത്തിവലിയ്ക്കുന്ന താളമായ്
മജ്ജതോറും കുഴഞ്ഞാടി നിറയുമാ
മദന മാദക ലാസ്യത്തികവിനെ.

ഉയിര് കത്തുമ്പഴും പിടഞ്ഞോടിയങ്ങ-
കലെ, ആകാശച്ചരിവിന്റെ നീലിമ
അലിവ് തൊട്ട് പറിച്ചെടുത്ത്, പ്രാണൻ
പകരുമാ പെരുംശക്തിയെ, അമ്മയെ

പ്രണയമാണെനിക്കക്ഷരപ്പെയ്ത്തിനെ...
കുസൃതി പെയ്യുന്ന പൂമരക്കാടിനെ,
നോവ് തിന്നിലും നാളത്തെ നാടിനായ്
നേര് പെറ്റിടും ഭ്രാന്തിന്റെ പൂക്കളെ.

നിറയെ ജീവിതച്ചൂടേറ്റുരുകിയെ-
ന്നകവും തോടും ഒന്നായി വേവുമ്പോൾ
സകല ഗംഗകൾ ഒരുമിച്ചു കൈപിടിച്ച-
രുമയായിട്ട് ധാരകൾ വീഴ്ത്തുമീ
കരുണസാഗരക്കെട്ടിനെ, പുണ്യത്തെ

പെണ്ണ് പൂത്തപ്പോൾ

പ്രണയമാണെനിക്കക്ഷരപ്പെയ്ത്തിനെ..
പകല് പോലും നറുനിലാവൂട്ടിയെൻ
കരളു കക്കുന്ന കാന്തക്കൊളുത്തിനെ...

മുറിവ് തോറും കടന്നുമ്മ വച്ചെന്റെ
അകമിരിക്കുന്ന കാമ്പും തൊടികളും
'ഉയര്', 'ഉയരെ'ന്നുയർത്തി ത്രസിപ്പിച്ച്
പ്രാണനേകുന്ന വിത്തിന്റെ ചെപ്പിനെ.

പ്രണയമാണെനിക്കക്ഷരപ്പെയ്ത്തിനെ
പ്രിയദസ്നേഹങ്ങൾ വഴിപിരിഞ്ഞകലുമ്പോൾ
ഉരുകുവാനാവാതെ ചൂടാറി,ക്കെട്ടൊരാ
മനമുണർത്തുന്ന സൗഹൃദക്കാടിനെ....

പതറിനില്ക്കുന്ന പ്രാണന്റെ കൈകളിൽ
കരുണ കോരി നിറച്ചുന്മത്തമാക്കുമാ
പരമഭാവം പകർക്കുന്ന ലഹരിയെ.

പ്രണയമാണെനിക്കക്ഷരപ്പെയ്ത്തിനെ
ചകിത ചാപല്യ കൗമാരകേളിയെ.
'അരുത്' കേൾക്കുമ്പോളൊക്കെയും കുതുകമായ്
കൊടിയ വേലികൾ നൂണ്ടെത്തി ലോകത്ത്
പുതിയ വിപ്ലവം കോറിപ്പതുങ്ങുന്ന
മുഗ്ദ്ധസൗന്ദര്യഭദ്രമാം പുതുമയെ.

പ്രണയമാണെനിക്കക്ഷരച്ചെപ്പിനെ,
മഞ്ഞ് പെയ്യുമെൻ പൂങ്കരൾമുത്തിനെ...

ഇരുളിലാണ്ടാണ്ടങ്ങില്ലാതെ മായുമ്പോൾ
കഠിനമാ കടൽ നേരിന്റെ നേർത്തൊരു
സ്ഫടികനൂലാൽ മുറിച്ചെത്തി, കൈ തരും
അരുമയാമെൻ തളിരിന്റെ കൂമ്പിനെ...
സകല ലോകവും കുമ്പിട്ടു പോകുമാ
ശുദ്ധമോഹന കൈശോരസത്തിനെ.

രമ ചെപ്പ്

പ്രണയമാണെനിക്കക്ഷരപ്പെയ്ത്തിനെ,
മുറിവ് പറ്റിലും ആഞ്ഞാഞ്ഞ് വെട്ടിലും
കറ പതിക്കിലും ആട്ടിച്ചവിട്ടിലും
കനല് വീഴ്ത്തിലും കുത്തിവരയ്ക്കിലും
കുളുകുളിർന്നെൻ മനസ്സിനെ സ്നിഗ്ദ്ധമാം
പെരിയപട്ടിൽ പൊതിഞ്ഞു സൂക്ഷിയ്ക്കുമാ
കരുതലാകുമെൻ അക്ഷരച്ചെപ്പിനെ.

23 ഒക്ടോബർ 2021

കൊക്ക്

ഉയരത്തിൽ നിവർന്ന് നില്ക്കുന്ന,
നീളമുള്ള കാലുകൾ ഉണ്ടായിട്ടും
അവരെന്നെ വിളിച്ചത് കൊക്കെന്ന്'...

മെലിഞ്ഞ കാലുകളായിട്ടും
വളയാതെ നിക്കണെ എന്നെ നോക്കി
അസൂയ സഹിയാൻ കഴിയാഞ്ഞ്
'ഇരപിടിയൻ കൊക്കേ'എന്ന് മാത്രം
അവർ ആർത്ത് വിളിച്ചു.

നിവർന്ന് നില്ക്കുന്ന എന്റെ
രണ്ടു കാലുകളോടുള്ള
അവരുടെ പേടിയോർത്ത്
ഞാൻ ഒരു കാല് മടക്കിവച്ച് ചിരിച്ചു,

ഒറ്റക്കാലിൽ അങ്ങനെ ഉയർന്ന്
ആകാശത്തിന്റെ കവിളിലും,
പിന്നെ ഒറ്റക്കാലിൽ തന്നെ കുനിഞ്ഞു
മണ്ണിന്റെ ചുണ്ടിലും
നീളൻചിരികൾ തേച്ചു പിടിപ്പിച്ച് കൊടുത്തു.

22 ഫെബ്രുവരി 2021

നാവ് വറ്റുന്ന നേരം പിറന്നു.

നാവ് വറ്റുന്ന നേരം പിറന്നു.
നേര് പൊള്ളുന്ന കാലം പുലർന്നു.

എന്നെയൊന്ന് പതിച്ച് വച്ചീടാൻ
ഒറ്റയക്ഷരം കൂട്ടു പോരില്ല...

എത്ര പിഞ്ഞിപ്പറഞ്ഞതാണെങ്കിലും
ഒറ്റവാക്കിന്ന് സ്വന്തമായ് കിട്ടീല..

മുമ്പ് ധാരാളി, നീ കനിഞ്ഞേകും
വാക്കെടുത്ത് ഞാൻ നീരാട്ട് കൊണ്ടു..

ഇന്ന് നീ മറഞ്ഞു, നീര് തിങ്ങി..
നെഞ്ഞിനോടൊത്ത് നാവും കുഴഞ്ഞു.

നീയിവിടിട്ട് പോയതേ ഉള്ളൂ,
ആയതൊന്നടുക്കുവാൻ പോലും
ത്രാണിയില്ലാ കവേ, പൊറുത്താലും.

04 ജനുവരി 2021

കവി അനിൽ പനച്ചൂരാന്റെ മരണത്തിൽ എഴുതിയത്

കവിതേ, നിനക്കെന്തു ഭംഗി...!!!

അനഘേ, നിനക്കെന്ത് ഭംഗി... ...!!!
ഒരു നനുത്തില നീട്ടും
മഞ്ഞിന്റെ തുള്ളി പോൽ
മൃദുലം, സുതാര്യം, സമ്മോഹനം..

അമലേ, നിനക്കെന്ത് ഭംഗി..!!!
മുൾക്കാട് നീക്കി, പതിയെ ചിരിക്കും
ചെമ്പനീർ പോലെ നീ
രാഗം, വശ്യം, ഉന്മാദകം.....

അപർണേ, നിനക്കെന്ത് ഭംഗീ....!!!
ഇരുളിലും കൂട്ടാകുമമ്പിളിത്തെല്ല് പോൽ
ആർദ്രം, സൗമ്യം, ലാസ്യശോഭം......

ദേവീ, നിനക്കെന്ത് ഭംഗീ...!!!
ഇരുൾ നീക്കിയെത്തും സൂര്യന്റെ രശ്മി പോൽ
മുഗ്ദ്ധം, ശുദ്ധം, അതിജീവനം....

കവിതേ, നിനക്കെന്ത് ഭംഗീ...!?
കാലം കടഞ്ഞെടുത്തലിവോടെ നീട്ടുന്ന
നറുവെണ്ണ പോലെ
ശുഭ്രം, സ്നിഗ്ദ്ധം, ഹർഷോജ്ജ്വലം.

21 ഡിസംബർ 2021

കണിക്കൊന്ന

'കൊന്നയല്ലേ.. നീ.. കൊടുംകൊന്ന..
കൊന്ന പാപത്തിന്റെ ജാള്യമല്ലേ...'

കൂകി വിളിച്ചു കൂർപ്പിച്ച മുന തട്ടി
ചോര തരിച്ചു പോയ്...
വിളറി വിയർത്തുപോയ്...
ആത്മാവു പൊള്ളി, കുമളച്ചു പോയി.
പുറംചൂട് മേയുന്ന
മേടക്കെടുംനാളിൽ അനങ്ങാതെ,
ഉൾച്ചൂട് തട്ടി ഉരുകിയൊലിച്ചു ഞാൻ...
എൻ കടുംപച്ചിലക്കൈകൾ
വിളറി മഞ്ഞച്ചു പോയ്...
വിഷം തീണ്ട പ്രാണൻ കുമ്പിട്ട് കുമ്പിട്ട്.,
മണ്ണിന്റെ വേരിൽ ഒളിയ്ക്കാൻ തുടങ്ങി...

കാലം പകരുന്ന കാഴ്ചയ്ക്ക് കാണിയായ്,
അയനങ്ങൾ മുട്ടുന്ന വിസ്മയത്തുമ്പിന്റെ
ആദ്യത്തെ ലഹരിയിൽ
ഒരു മാത്ര മണ്ണിനെ മറന്നമ്പരന്നത്
മാത്രമോർക്കുന്നു...
ഞാനൊരുമാത്ര ഒന്നമ്പരന്നു പോയ്...

കാറ്റ് കുളിർത്തതും വേനലുറഞ്ഞതും
കാടാകെ പൂത്തതും പിന്നെ കൊഴിഞ്ഞതും
വീണ്ടും തളിർത്തതും വീണ്ടും
കൊഴിഞ്ഞതുമൊന്നുമറിഞ്ഞില്ല.
എന്നിലേക്കിങ്ങനെ ഇറുങ്ങിയമർന്നു ഞാൻ....
ഇല്ലാതെ പോയീ പുറംലോകമെന്നിൽ..

പെണ്ണ് പൂത്തപ്പോൾ

ധ്യാനത്തിലാണ്ടു പോയ്
അനേകമനേകം ദിനങ്ങൾ..
ഋതുക്കൾ..
നീറുന്ന നെറുകിലൊരുമ്മ തൻ
തണുപ്പറിഞ്ഞാന്തിയെണീറ്റു പോയ്...
കാലം കുനിഞ്ഞെൻ ആത്മാവിൽ മന്ത്രിപ്പൂ,
എന്തൊരിരുപ്പിത്...??!
പൊയ്‌വാക്കിനിത്രയും കാലം കളഞ്ഞെന്നോ ??
ഭൂവിന്റെ സത്യം മറച്ചു കഴിയുവതെങ്ങനെ ?

കൊന്നയല്ലോമലേ...
നീ കണി...
പൊൻകണി...
കാലത്തിനപ്പുറം സത്യം കൊളുത്തേണ്ട
ഭൂവിന്റെ പൂക്കണി.
ഒളിയ്ക്കുവതെന്തിന്...?

വിളറിക്കൊലുന്നയെൻ ഇലക്കൈകളൊക്കെ
പതുക്കെ പതുക്കെ ഉയർന്നങ്ങു നിന്നൂ.
കടുംപച്ച പോയെങ്കിലെന്തെന്ന് ചൊല്ലി
ഇളംതണ്ട് പോലും തലനീർത്തി നിന്നൂ
മണ്ണിന്റെ സത്യം പകർന്നാടിയെത്തും
സൗവർണമുള്ളിൽ തിളങ്ങുന്നുവല്ലെ.
ആ വർണമീലോകമാകെ പുകഴ്ത്താൻ
നേരിന്റെ നാളം കാലം കടക്കാൻ
പൂക്കെന്ന്, പൂക്ക്, പൂക്കെന്ന് ചൊല്ലി
ഓരോ ഞെടുപ്പും പൂത്തങ്ങിറങ്ങി
മണ്ണിന്റെ വർണം കിലുക്കി കുലകൾ
കണ്ണിന്ന് കണിയായ് പുറപ്പെട്ടു വന്നു.

സത്യം ജയിച്ചെന്ന് തൂവിത്തിമർത്ത്,
ഓരോരോ വീടും കയറിത്തെളിഞ്ഞു.
താലത്തിനും മേലേ ദീപത്തിനും മേലേ
ദൈവത്തിനും മേലേ കണിയായ് ചിരിച്ചൂ...

കൊന്നെന്ന് കള്ളം വിളിച്ചാർത്തു പോയോർ
കണികണ്ടു നിറയാൻ കൊതിയോടെ കാത്തു.
'കാലം പുലർന്നൂ, എണീക്കെ'ന്ന് ചൊല്ലി
ഓരോ മനസ്സും ഉറക്കം വെടിഞ്ഞു.
വരുംകൊല്ല'മിക്കൊന്ന' പോലെ തിളങ്ങാൻ
പ്രാർത്ഥിച്ചു കർമം പുലർത്തിത്തുടങ്ങി

കാലം പകർന്നാടുമാക്കാഴ്ച കണ്ട്
ഭൂവിതും മാറുമെന്നാ സത്യമോതി
കൊന്നെന്ന വാക്കും കണിക്കൊന്നയാക്കി
മധുരം നിറച്ച് ഞാൻ കണിയായി നില്പൂ.

16 ഏപ്രിൽ 2021

മാനവഗീതം.

കാലേക്കൂട്ടി ഓണത്തപ്പൻ
നാടിത് കാണാൻ പോരുമ്പോൾ..

പൂക്കളമിട്ട്, പാട്ടുകൾ പാടി
ഉണ്ണികൾ വേണ്ടേ വരവേൽക്കാൻ...

മാബലിനാടിൻ ഗാഥകൾ പാടി
മാമലനാടിന് പുകളേകാൻ..

ഉണ്ണികൾ നിങ്ങൾ ഉത്സാഹത്തൊടു
കൂട്ടം കൂടിയൊരുങ്ങേണം.

ഇല്ലായ്മകളങ്ങുള്ളവരേയും
കാണാനുള്ളു തുറക്കേണം.

നോവാതങ്ങനെ കൂടെ കൂട്ടി
ഓണത്തിന്നൊളി തൂകേണം.

മാനുഷരെല്ലാം ഒന്നാണെന്നാ-
ണോണത്തിൻ പൊരുളോർക്കേണം.

മാനവഗീതമതുയരെ കേൾക്കാൻ
ഇപ്പൊരുൾ നമ്മൾ മറക്കരുതേ....

23 ആഗസ്ത് 2020

കുഞ്ഞുണ്ണി മാഷിന്.

ഇത്തിരിയുള്ളവൻ ഒത്തിരി കാണും

'ഒത്തിരിയറിവവൻ ഇത്തിരി പറയുമ-
തൊത്തിരി മനസിൽ ഇത്തിരിയോളം
കനിവ് വളർത്തും,

അക്കനിവൊത്തിരി വലിയൊരു
ലോകം, ഇത്തിരി
ചെറിയൊരു വീടായ് കാണാൻ.,,
ഇത്തിരി ഇമ്പമൊടവിടെ കൂടാൻ,
ഒത്തിരി ഉതകും..' എന്ന് വരച്ചു
നടന്നു മറഞ്ഞൊരു
'വല്യുണ്ണി'യ്ക്ക് നമസ്കാരം.

26 മാർച്ച 21

എന്റെ സ്വർഗ്ഗങ്ങൾ.

വേവ് നീറി പകുത്തു കയറും
പൂത്തവല്ലിയ്ക്കിനിയും പ്രണയമോ..?
കൂട്ടു കൂടി ചിലങ്കകൾ കൊട്ടി
പാട്ടു പാടി മുളപ്പിച്ചതല്ല
പൂത്തു നില്ക്കുന്ന മൊട്ടുകളൊന്നും.

തട്ടിവീഴ്ത്തുന്ന കൈകളെ മാറ്റി
മാറ്റി, ഒറ്റയായ് പാടിക്കയറി..
നേര് തിങ്ങുന്ന നെഞ്ചിന്റെ നൂലാൽ
പാറ കീറി, ഗംഗയെ കണ്ട്..
മാപ്പു ചൊല്ലി, മിഴികൾ തെളിച്ച്
കേറിയെത്തിയീ കാട്ടിലൊറ്റയ്ക്ക്.

കുഞ്ഞുപുഞ്ചിരി കൊണ്ട് കാടിന്റെ
പച്ചമണ്ണതിൽ വിത്തുകൾ നാട്ടി.
കൂട്ടിരുന്നു പോൽ കണ്ണടയ്ക്കാതെ
മണ്ണ് ചേർന്നു,ചേർന്നങ്ങനെ തന്നെ.

കാട് പൂക്കുന്ന രാത്രികൾ വന്നൂ,
പേടി തോന്നീല്ല, കൗതുകം മാത്രം.
കാതടയ്ക്കുന്നലർച്ചകൾ കേട്ടൂ,
കേട്ട പാട്ടതിൽ ചേർത്തുപിടിച്ചു.
കാട് വേവും പകലുകൾ വന്നൂ,
വാടിപ്പോയില്ല, നൊന്തെന്ന് മാത്രം.
നോവ് കൂട്ടി ചിലങ്കയൊരുക്കി,
കാടുണർന്ന് പോയ്, ആനന്ദനൃത്തം.

കൂനിനില്ക്കും മടിയനാം കുന്നും
കൂട്ടിനായിട്ട് പൂവിട്ടു നിന്നൂ.

കട്ടിയായുള്ള നെഞ്ചിന്റെ ചാരെ
കട്ടച്ചോരയൊഴുകിയ ചോല
വീണ്ടുമൊന്നു തെളിഞ്ഞു, വിടർന്നൂ
പച്ചമൊട്ടുകൾ, കുഞ്ഞരിപ്പുൽകൾ..
തുമ്പികൾ കൂട്ടമായെത്തി കാണാൻ
കുഞ്ഞുനാമ്പുകൾ, ഉറ്റവർ ഞങ്ങൾ..

എത്ര സുന്ദരം, നിർമലം, കാണൂ
മത്തെടുത്തു പോം സ്നേഹസല്ലാപം
വിണ്ണിലേക്കിനിയില്ലെന്ന് ചൊല്ലും
മണ്ണൊരുക്കുന്ന സ്വർഗീയലോകം.

13 ഒക്ടോബർ 2020

ക്ഷണക്കത്ത്

ചില ക്ഷണക്കത്തുകൾ നമ്മളെ ഭയപ്പെടുത്തും..

വലിയ ലോകത്ത് നിന്ന് ചെറിയ നാട്ടിലേക്ക്
പറന്നിറങ്ങുന്ന ക്ഷണക്കത്തുകൾ..

ബ്ലാക് ആൻഡ് വൈറ്റ് ചിത്രങ്ങളിൽ
പതറി നടക്കുന്നവർക്ക് വച്ച് നീട്ടുന്ന,
ചായക്കൂട്ടിൽ പൊതിഞ്ഞ ക്ഷണക്കത്തുകൾ..

പരിചയമില്ലാത്ത തീയതിയും സമയവും
കുരുക്കിയിടുന്ന ക്ഷണക്കത്തുകൾ.

അക്ഷരം തന്നെ അറിയാത്തവർക്ക്
നേരെ വരുന്ന കവിത കുറുക്കി,
ചന്തം വരുത്തിയ ക്ഷണക്കത്തുകൾ.

ഓരോ ക്ഷണക്കത്തും ഒരു ആജ്ഞയാണ്.
ഞാൻ പറയുന്ന വേഷത്തിൽ,
ഞാൻ പറയുന്ന സമയത്ത്,
എനിക്ക് വേണ്ടി അണിഞ്ഞിറങ്ങണം എന്ന ആജ്ഞ.

കയ്യിൽ കിട്ടുന്ന നേരം മുതൽ,
ഇതൊന്നുമറിയാതെ
നമ്മൾ അത് തിരിച്ചും മറിച്ചും നോക്കുന്നു.

അതികൊതിയനായ കുട്ടി
ഒറ്റയടിക്ക് കഴിക്കാനാവാത്ത
മിഠായിയെ എന്ന പോലെ,
അതിനെ ചാഞ്ഞും ചരിഞ്ഞും
നോക്കിയിരിക്കാൻ തുടങ്ങുന്നു.
ഇടയ്ക്ക് ഒന്ന് തലോടി നോക്കുന്നു.

രമ ചെപ്പ്

അതിനിടയിലെപ്പോഴോ നമ്മൾ
അതുമായി ചങ്ങാത്തത്തിലാവുന്നു

ഇടയ്ക്കൊക്കെ അതിനോട് മാത്രമായി
സംസാരിക്കാൻ തുടങ്ങുന്നു.
പിണങ്ങാനും ഇണങ്ങാനും തുടങ്ങുന്നു.

അവസാനം കിട്ടുന്ന ഒറ്റധൈര്യത്തിന്
അത് തുറന്നേക്കാം.
അതിൽ കുത്തിക്കോറി വച്ചിരിക്കുന്ന
നിബന്ധനകൾ മനസിലാകാതെ
പകച്ചു പോയേക്കാം.

പകച്ച മുഖങ്ങളിൽ നിന്ന്
ക്ഷണക്കത്തുകൾ പാറി പോകും, തീർച്ച.

പക്ഷേ, പിന്നീടാണ് അറിയുക,
നമുക്ക് അവയിൽ നിന്നും
പറക്കാൻ ആവില്ലെന്ന്...

പിന്നീട് ഓരോ നിമിഷവും
നമ്മൾ അതിനെ തന്നെ തിരയാൻ തുടങ്ങും.

പണിത്തിരക്കിനിടയിൽ,
വർത്തമാനങ്ങൾക്കിടയിൽ,
ഉറങ്ങാൻ പോകുന്നതിന്മുമ്പ് പോലും...

അത് ഇവിടെ എവിടെയെങ്കിലും
തിരികെ വന്ന് വീണുകിടപ്പുണ്ടോ എന്ന്
നമ്മൾ തിരഞ്ഞു കൊണ്ടേയിരിക്കും...

04 നവംബർ 2019

കെട്ട കാലം.

ഹൃദയമിങ്ങനെ പതഞ്ഞു പൊങ്ങുന്നു
തടുത്തു നിർത്തുവാനാവാത്ത വിങ്ങലിൽ.
ഒറ്റവസ്ത്രമായ് കൂടെ നിന്നിത്രനാളും
കാത്തിരുന്ന ലജ്ജയൂർന്ന് വീണുപോയ്,
നഗ്നയാണിന്നു ഞാൻ...

തീയ് കോരി വിഴുങ്ങിടുമ്പൊഴും
കുളിർ പനിയ്ക്കുന്ന മാതിരി
നാവ് തുള്ളുന്നു കെട്ടുവിട്ടതാ
നാണമില്ലാതെ ഉള്ളിലെ
വെന്തു തൂകുന്ന പ്രാണന്റെ
തേങ്ങലും ഞരങ്ങലും.

കണ്ണ്പൊത്തി മറച്ചുവച്ചൊരാ
കാഴ്ച നെഞ്ഞിലേക്കിങ്ങനെ
ചില്ലു പോകുന്ന മാതിരി
തുളഞ്ഞാണ്ടിറങ്ങി ഇരിപ്പിതാ
ആന തേറി വലിക്കിലും
ആണി തെറ്റാത്ത മാതിരി.

കാതറുത്ത് കൊടുത്തുവെങ്കിലും
കുറ്റി കൂർന്നു പിടിച്ചെടുത്താ,വി
പോകാതെ കൊണ്ടു വയ്ക്കുന്നു
കെട്ട വാർത്ത തൻ ചെമ്പുകൾ:
നൂറു പാത്രം പകർന്നു മാറ്റിലും
വേവ് പോകാത്ത നോവുകൾ.

കാലുകെട്ടി മടക്കി വയ്ക്കിലും
നെറുകിലെത്തുന്നു, വേരിന്റെ
വീണ്ടു കീറിയ മുറിവിലൂടെ, തിരച്ച്
കേറിയ വിഷക്കടൽ..
ഒത്ത കരിനാഗമെത്രയൂറ്റിലും
കെട്ടിറങ്ങാത്ത കൊടുംവിഷം.

ഉറയണം, നെഞ്ച് ഇക്കൊടുംചൂടിലു-
റവ വെട്ടി തണുവു നേടുവാൻ...
കെട്ടകാലമത് തീണ്ടി വീഴാതെ
പച്ചയായിട്ട് നില്ക്കുവാൻ...
ഉറഞ്ഞുറഞ്ഞ്, പാറ പോൽ
കരുതണം തെളിമധുരവും
സ്വയമുറയ്കിലും പരനുറവു നീട്ടുമാ
കൊടും കരുത്തായി മാറണം.

15 ജൂൺ 2021

മാതൃഭാഷ.

എത്തട്ടെ, ഉയരങ്ങളിലൊന്നായിന്നേതു നാടും
എത്തട്ടെ, തവ കേളി വിണ്ണും കടന്നാ നാകലോകേ
മണ്ണേ, ഇതിൽ പിറന്ന മാനുഷരെല്ലാമൊരൊറ്റ വംശം..
ഒന്നായിണക്കി വരുത്തുവതു മാനവഭാഷ തന്നെ.

എന്നാകിലും എനിയ്ക്കാ സുന്ദരമർത്യഭാഷ
ചൊല്ലാൻ, അറിവാൻ കഴിവതു ജനനി നിൻ ഭാഷയാലേ...
അല്ലായ്കിലമ്മേ, അവ കേവലമന്യഭാഷ
ആരോ പറയുന്നൊരു ദുർഗ്രഹഗ്രാമ്യഭാഷ.

വർണങ്ങൾ മാഞ്ഞു, ലിപിയൊന്നായി മാറി
വർണം ചൊരിഞ്ഞു, പുഞ്ചിരിപ്പാലൊഴുക്കി
വിശ്വം പുലർത്തുന്നൊരു മാനവശ്രേഷ്ഠഭാഷ
ഉണ്ടായ്‌വരുന്നതു ഹൃത്തിൻ സംസ്കൃതിയൊന്നുകൊണ്ടേ...

കടലോരമാട്ടെ, അത്യുന്നതമദ്രിയാട്ടെ
ചൂടേറെയുള്ള മരു, അതിശൈത്യധ്രുവങ്ങളാട്ടെ,
വർണം വെളുപ്പോ കറുപ്പോ ഏതുമാട്ടെ
മർത്ത്യന്റെ മനമുയർത്തുവതു മാതൃഭാഷ.

21 ഫെബ്രുവരി 2021

അഗ്നി.

തന്നതൊക്കെയും തിന്നു തീർത്തില്ലേ
തുള്ളി പോലും അറച്ചിടാതെ ഞാൻ...?
നല്ലതേതെന്ന്, തീയതേതെന്ന്
ചൂഴ്ന്നുനോക്കി ഞാൻ മാറി നിന്നില്ല..
കൊണ്ടു,ത്തള്ളിയതൊക്കെയും തിന്നു
ശുദ്ധി ചെയ്തു ഞാനിപ്രപഞ്ചത്തെ..

ഉള്ളു നീറി ഞാൻ വെന്തു തൂവുമ്പോൾ
'തീയ്''തീയെ'ന്ന് കൂകിയോടി നീ..
ഇറ്റലിവെനിക്കായി നീട്ടാതെ..
'പൊള്ളുമെന്ന്' നീ ദൂരെ മാറിപ്പോയ്.

മൂക്കു പൊത്തുന്ന നാറ്റവണ്ടികൾ
കൂസലില്ലാതെ തട്ടി നീ..
രോഗമിറ്റുന്നതൊക്കെയും വാരിക്കൂ-
ട്ടിയെൻ നെഞ്ചിലേയ്ക്ക് നീ..
പേടി കാട്ടാതെ തിന്നു തീർത്തു ഞാൻ
കേടു കൂടാതെ നിനക്കു ജീവിക്കുവാൻ...

തന്നതൊക്കെയും തിന്നു തിന്നു ഞാൻ
പർവ്വതം പോലെ ഒറ്റയായ്...
കൂട്ടു കൂടുവാൻ വന്ന നേരമോ
പേടി ചൂണ്ടി പടിക്കൽ നിർത്തി നീ
മാറി നിന്നു നീ പാടിയെന്നുടെ
ആർത്തിയെ പറ്റി, കൂട്ടമായ്...

ചത്ത ദേഹവും പേറി വന്നു നീ
മാപ്പ് ചൊല്ലി, വിതുമ്പി മറഞ്ഞു.,
നെഞ്ചു വിങ്ങി കലങ്ങിയെന്നാലും
കല്ലതല്ലല്ലോ, തിന്നുതീർത്തതും.

പെണ്ണ് പൂത്തപ്പോൾ

ഉള്ളു നീറിലും ഉടലു വേവിലും
ആളിക്കത്തി ഞാനിതു വരെ.
ആദികാലം തൊട്ടെന്നെ ഞാനാക്കും
നേര് തന്നൊരാ ശക്തിയിൽ.

ഏത് പാപവും ചാരമാക്കുന്ന
അഗ്നിയായ് ഞാൻ തിളച്ചതും
ഏതു കർമവും സാക്ഷിയാക്കുന്ന
ദീപമായ് ഞാൻ തെളിഞ്ഞതും
ഏത് ചീത്തതും ശുദ്ധിയാക്കുന്ന
നന്മയായ് ഞാൻ ജ്വലിച്ചതും
സത്യമെന്നയെൻ അസ്ഥി കൊണ്ടത്രെ
നേര് തന്നെയെൻ പ്രാണനും

26 ആഗസ്ത് 2020

മരണപ്പെട്ടവർക്ക്.

വിണ്ണിലിരിക്കേണ്ട നക്ഷത്രമെല്ലാം
മണ്ണിതിൽ തങ്ങുമോ, ഏറെനാൾ ? കഷ്ടം!

തെല്ലിട വന്നു, വിരുന്നൂട്ടി നമ്മെ
നെല്ലിട പോലും ചെടിക്കാതെ, മധുരം,
വന്നിടത്തേക്ക് തിരിച്ചു പോകുമ്പോൾ
നന്മകൾ നേരുകയല്ലയോ വേണ്ടു നാം.

22 ഫെബ്രുവരി 2022

നെടുമുടി വേണു.. K.P.A.C.ലളിത എന്നിവർക്ക്.

പ്രണയിനി.

ഇത്ര ചെമന്ന് പോയെന്നോ.....?
നീ, ഇത്ര തുടുത്തു പോയെന്നോ....?
ഇത്രയും ലോലമോ ഓമനേ, നിൻ മനം
ഇത്രയും മുഗ്ദ്ധമാണെന്നോ..?

പ്രണയം നിറഞ്ഞൊരാ മിഴിയൊന്നു തൊട്ടപ്പോൾ
ആകെയും പൂത്തുലഞ്ഞെന്നോ...
കണ്ണടച്ചിങ്ങനെ കുഞ്ഞുമുഖം കൂമ്പി
പ്രാണൻ പിടഞ്ഞു നിന്നെന്നോ....?

കോരിത്തരിയ്ക്കുമാ മേനിയൊതുക്കി നീ
ധ്യാനത്തിലാഴ്ന്നു പോയെന്നോ....
വിറയാർന്ന മൊട്ടുകൾ കൂപ്പി തൊഴുതു നീ
ദേവഗീതം പകുത്തു നിന്നെന്നോ....?

ശ്വാസം വിലങ്ങി നിൻ തളിരിലക്കയ്യുകൾ
ആകെ തളിർത്തു പോയെന്നോ.....
മൊട്ടിട്ടുവെന്നോ, ലോലവികാരങ്ങൾ,
ഹൃദയമലിഞ്ഞു ചേർന്നെന്നോ....?

മധുരം നുകർന്ന നിൻ വേരുകൾ മണ്ണിന്നിൽ
ഇഴുകിയമർന്നുപോയെന്നോ....
പ്രണയം മറയ്ക്കുവാനാവാതെ നിൻ മുഖം
ഇത്ര വിടർന്നു പോയെന്നോ.....?

15 നവംബർ 2021

പൂതന

വെണ്ണക്കണ്ണന്റെ കഥ പറയാൻ പറഞ്ഞത് അവനാണ്.
കണ്ണു രണ്ടിലും കൗതുകം കത്തിച്ച്,
മുഖത്ത് പൂത്തിരി ഒരുക്കിവെച്ച്,
ചേർന്നിരുന്ന് അവൻ പറഞ്ഞു:
കണ്ണനും എനിക്കും വെണ്ണയിഷ്ടം....
നമുക്ക് വെണ്ണക്കണ്ണന്റെ കഥ പറയാം.

വല്ലപ്പോഴും മുമ്പിൽ എത്താറുള്ള,
തന്റെ മനസ്സുപോലെ നനുത്ത മഞ്ഞുകട്ടയുടെ
ഓർമ നല്കിയ സന്തോഷത്തിൽ അവൻ,
കണ്ടിട്ടില്ലാത്ത കാഴ്ചകളുടെ ലോകം സൃഷ്ടിച്ചു..

നിറഞ്ഞു തുളുമ്പുന്ന തൈർക്കുടങ്ങൾ..
പാട്ടുമൂളിക്കൊണ്ട് തൈർ കടയുന്ന യശോധരമാർ..
ചുണ്ടിലും മൂക്കിലും ഒക്കെ വെണ്ണ നീട്ടിവെച്ച്
ഓടിനടക്കുന്ന കള്ളക്കണ്ണൻമാർ...

തൈരു കടയുന്ന ആ കോലിന്റെ പേര് മാത്രം
അവന് പിടികിട്ടിയില്ല..
ആ പേരിന് തപ്പിക്കൊണ്ടിരിക്കുമ്പോഴാണ്
കരുമാടിക്കുട്ടന്മാർ ബഹളം വച്ച് ഓടി വന്നത്.
ഒരുപാട് കരുമാടിക്കുട്ടന്മാരെ കണ്ട
അവന്റെ കണ്ണുകൾ,
വിടർന്ന് വിടർന്ന്
അവരുടെ കൂടെ ഒഴുകിപ്പോയി.

അമ്മമാരുടെ സാരിത്തലപ്പിലേക്കും
കരുമാടിക്കുട്ടൻമാർക്കിടയിലേക്കും ഓടുന്ന
ആ കളി അവന് നന്നായി ഇഷ്ടപ്പെട്ടു.

പെണ്ണ് പൂത്തപ്പോൾ

വെണ്ണക്കുടങ്ങൾ ഒന്നു പോലും തൊട്ടു നോക്കാതെ,
അമ്മയുടെ ചേലയ്ക്ക് മറഞ്ഞ് നിന്ന്
അവൻ സാറ്റ് കളിച്ചു.

അവന്റെ ആ കൊച്ചുലോകത്തിലേക്കാണ്
പൊടുന്നനേ ഞാൻ സംശയം കോരിയൊഴിച്ചത്.
“മണ്ണുവാരി തിന്നുന്ന കണ്ണൻ...!!!”
ആ അത്ഭുതത്തിന്, അവന്റെ കൊച്ചുഭാവനകൾക്ക്
ഉൾക്കൊള്ളാൻ കഴിയാത്ത അത്ര
വലിപ്പമുണ്ടായിരുന്നു...

ഭാവനയുടെ ലോകത്തുനിന്നും
ഒറ്റ നിമിഷം കൊണ്ട് അവൻ പുറത്തെത്തി.
ഇത്രയും നേരം താൻ ഓടിക്കളിച്ചിരുന്ന അമ്പാടിയെ
അവൻ അത്ഭുതത്തോടെ,
അപരിചിതത്വത്തോടെ നോക്കി.

ഡേകെയറുകളിലെ പരുപരുത്ത,
ഇന്റർലോക്ക് തറകളുടെ ഓർമ്മയിൽ
അവൻ മണ്ണ് തിന്നുന്ന കണ്ണന്മാരെയും
കണ്ണത്തികളെയും തിരഞ്ഞു...
റ്റി..വി.യുടെ കാതടപ്പിക്കുന്ന ഒച്ചകളെയും
കുട്ടികളുടെ കരച്ചിലിനെയും
ഡയപ്പറുകളുടെ പരുപരുപ്പിനെയും കീറിമുറിച്ച്
അവന്റെ കുഞ്ഞോർമകൾ
വേഗം വേഗം പരതാൻ തുടങ്ങി.

ഇന്റർലോക്ക്,.
തറയോട് ചേർന്ന് വിരിച്ച പായകൾ...
മിസ്സുമാരുടെ ശബ്ദങ്ങൾ.,
ഹോർലിക്സ് വെള്ളം,...
അവിടെയൊന്നും അവൻ മണ്ണ് കണ്ടില്ല..

വല്ലാത്തൊരു സന്തോഷത്തോടെ
അവന്റെ ഓർമകൾ
റ്റി.വി.യിലെ മഞ്ചാടിക്കഥകളേയും
വൈകുന്നേരങ്ങളിൽ ഉണ്ടാവാറുള്ള,
രക്ഷാകർത്താക്കളുടെ വണ്ടികളുടെ ശബ്ദങ്ങളേയും,
അതിന് തൊട്ടുമുമ്പായി മാത്രം ഉണ്ടാകാറുള്ള,
ഡേകെയറിലെ ഗ്രൗണ്ടിലെ കളികളേയും
അവന്റെ കൂട്ടുകാരേയും
പിടിച്ചു കൊണ്ടുവന്നു.
ഓരോ ടോയ്സും കൃത്യമായി ഓർത്തെടുത്തു...
പക്ഷേ അതിലൊന്നും
മണ്ണ് തിന്നുന്ന കുട്ടികൾ ഉണ്ടായിരുന്നില്ല.

വാടിപ്പോയ ഉത്സാഹത്തെ അവിടെ തന്നെ വിട്ട്,
അവൻ പ്രീ സ്കൂളിന്റെ വരാന്തകളിലേയും
മൈതാനങ്ങളിലേയും ഓർമ്മകൾ പെറുക്കാൻ പോയി.

കൈകൾ പുറകിൽകെട്ടി
ബാത്റൂമിലേക്ക് നടത്തിയിരുന്ന
ആ ദിവസങ്ങൾ...
മണ്ണ് തിന്നുന്ന കുട്ടികൾ പോയിട്ട്,
ആ കുട്ടികളുടെ വായോ മൂക്കോ കണ്ണോ പോലും
അവന് ഓർമ വന്നില്ല.
പുറകിൽ പിണച്ച് കെട്ടിയ രണ്ടു കൈകൾ മാത്രമാണ്
അവൻ തപ്പിയെടുത്തത്.
പിണച്ച് കെട്ടിയ,
അച്ചടക്കത്തോടെ അടങ്ങിയൊതുങ്ങി ഇരിക്കുന്ന
ഒരു പാട് കയ്യുകൾ,
വരി തെറ്റിക്കാത്ത ഷൂവിട്ട കാലുകൾ..

അച്ചടക്കം തെറ്റിക്കുന്ന ചില തലയാട്ടലുകൾ
അവൻ കുസൃതിയോടെ ഓർത്തെടുത്തു.
കൈകൾ രണ്ടും പുറകിൽ കെട്ടിവച്ച് നടത്തുമ്പോഴും

പെണ്ണ് പൂത്തപ്പോൾ

മിസ്സുമാർ കാണാതെ,,
ഉടലും തലയും ചെറുതായി ആട്ടിയാട്ടി നടക്കാറുള്ള
ആ വിപ്ലവസ്മരണകൾ വീണ്ടും
അവനിൽ ഉത്സാഹം കൊണ്ടുവന്നു.
ഓർമകളിൽ എവിടെ നിന്നെങ്കിലും
ഒരു തരി മണ്ണെങ്കിലും
കണ്ടെത്തുവാൻ പറ്റുമെന്ന് അവൻ പരതി.

അത്ര ആത്മാർത്ഥമായി തിരഞ്ഞിട്ടും
മണ്ണ് തിന്നുന്ന കുഞ്ഞുങ്ങളെയോ,
മണ്ണ് തന്നെയോ ഓർമിക്കാൻ കഴിയാതെ
നിസ്സഹായതയിൽ പുളയുന്ന അവൻ
സഹായത്തിനായി,
തികഞ്ഞ വിശ്വാസത്തോടെ
എന്നെ നോക്കുന്നതെന്ത് ?

അവന്റെ കുട്ടിക്കാലത്തു നിന്ന്
മണ്ണും വായുവും എല്ലാം പറിച്ചെറിഞ്ഞ
പൂതനയായി ഞാൻ മാനം മുട്ടെ വളർന്ന് നിക്കണത്
അവനിനിയും മനസിലായില്ലേ..??

13 സെപ്തംബർ 2020

ചെന്നായ

നശിച്ച ചെന്നായേ, അകന്ന് പോക നീ.

ജനിച്ചയന്നു തൊട്ട,രമിട്ടു വയ്ക്കും
വളഞ്ഞ ദംഷ്ട്രയും മറച്ചുവച്ചു നീ
പുലരിപോൽ നനുത്തൊരു വാലുമാട്ടി
പടിക്കൽ വന്നിങ്ങ് പതുങ്ങി നില്ക്കണ്ട.

തരില്ല, ഞാനൊറ്റക്കുരുന്നിനെ പോലും
വിടില്ല,നിന്നുടെ ചിരിയ്ക്ക് കൂട്ടായി..
പക മൂളും നിന്റെ മുരളലിപ്പടി
കടക്കുവാൻ ഞാനിന്നനുവദിക്കില്ല.

കൊഴുത്ത ചോര തൻ മണം തൊട്ടുകൂട്ടാൻ
കൊരുത്തു നീ വല, പലയിടങ്ങളിൽ
ഒരുമയോടെ പോം മനുഷ്യരിൽ ചിലർ
വിവേകമില്ലാതെ കുരുങ്ങിപ്പോയതിൽ.

അവർക്ക് നിന്നേക്കാൾ വലിയ ദംഷ്ട്രയായ്
പക കൊണ്ടിന്നവർ നിനക്കും മേലെയായ്...
നനഞ്ഞ മണ്ണിന്റെ മണം വിട്ടിന്നവർ
മനുഷ്യച്ചോരയ്ക്കായ് ഇടംവലം മണ്ടു-
ന്നതു കണ്ടു നിന്റെ അമർത്തിയ ചിരി
എനിക്കു കേൾക്കാം,ഞാൻ ഉണർന്നുതാൻ നില്പൂ

മിനുത്ത വാക്കുകൾ കുഴച്ചെടുത്തു നീ
അവർ തൻ നെഞ്ചിലായ് തുളച്ച ചൂണ്ടയിൽ
സഹചരെ കോർക്കാൻ,സുഹൃത്തിനെ കോർക്കാൻ
പിഴവിൽ താങ്ങിയ ഗുരുവിനെ കോർക്കാൻ,
വെളിച്ചമായ് നിന്ന പിതാവിനെ കോർക്കാൻ
കരുത്തായി നിന്ന അയല്പക്കം കോർക്കാൻ

പെണ്ണ് പൂത്തപ്പോൾ

അലിഞ്ഞുചേർന്നൊരു മുലപ്പാലും കോർക്കാൻ
വെളുവെളുങ്ങനെ ചിരിച്ചെത്തുമെന്ന്
അറിയും,ഞാനൊട്ടും ഉറങ്ങിയില്ലല്ലോ...

മതി നിന്റെ നാട്യം, മതി നിന്റെ ധാർഷ്ട്യം
മതിയാക്കാം കള്ളക്കളികളൊക്കെയും
കുറച്ചു കാലം നീ ജയിച്ചുപോ,യെന്നാൽ
വെളിച്ചത്ത് നിന്റെ പരാജയം മാത്രം.

വരഞ്ഞുകൊൾക നീ എനിക്കു ചുറ്റിലും
കടുത്ത പേനയാൽ വിവിധ കള്ളികൾ
വിളിച്ച്കൊൾക നീ നിനക്ക് തോന്നുന്ന
മുഴുത്ത ചീത്തകൾ ഉറക്കനെ തന്നെ
എടുത്തോളൂ വക്രീകരിച്ചെൻ വാക്കുകൾ
നിനക്ക് പാകമായ് വിളവെടുക്കാനായ്...

വരഞ്ഞകള്ളികൾ കവിഞ്ഞൊഴുകും ഞാൻ
വിളിച്ച ചീത്തകൾ ഒലിച്ചു മാഞ്ഞു പോം.
മരിച്ചു പോകിലും നിവർന്ന് നില്ക്കുമെൻ
തെളിഞ്ഞ വാക്കുകൾ, പകച്ചു പോകും നീ..
പടിക്കൽ നീ നിന്ന ഇടം പോലും ഞങ്ങൾ
അടിച്ച്, ചാണകം തളിച്ചെടുത്തിടും...

20 സെപ്തംബർ 2020

പിൻവാതിലുകൾ

പിൻവാതിലുകൾ ഹൃദയത്തിൽ നിന്നും
നേരെ ഇറങ്ങി നടക്കുന്ന വഴികളാണ്.

മേൽക്കുപ്പായം ഇടാതെ,
മുഖം മിനുക്കാതെ,
തല കറുപ്പിയ്ക്കാതെ
ഒറ്റച്ചുവടിന് ഇറങ്ങി പുറപ്പെടുന്നവ.

മുൻവാതിലിലെ സകല ചിത്രപണികളും
'അശ്ലീലം.' എന്ന്
ഒറ്റച്ചവിട്ടിൽ ആട്ടിത്തുപ്പി
പുറപ്പെട്ടു പോകുന്നവ.

മുമ്പിലെ ലോണിലെ അലങ്കാരച്ചെടികളേയും
ബോൺസായികളേയും,
നല്ല വലുപ്പത്തിൽ ഒരൊറ്റ
കോഞ്ഞാട്ടച്ചിരിയിൽ കരിച്ചു കളഞ്ഞ്,
വൻ വൃക്ഷമാകാൻ
വിത്തായി ഇറങ്ങി നടക്കുന്നവ

പച്ചത്തൊടിയിലെ രൂക്ഷമുള്ള വായു തേടി
ഒഴുകി ഇറങ്ങുന്നവ.

അട്ടിയട്ടിയായി കയറ്റിവച്ച കുപ്പായത്തിനടിയിൽ,
പൊങ്ങച്ചം തെറിപ്പിയ്ക്കുന്ന സ്പ്രേകളിൽ നിന്നും
പുളിച്ച വിയർപ്പിൻ തരികളിൽ നിന്നും
സകല ശരീരങ്ങളും സ്വതന്ത്രമാകുന്ന വഴികളാണവ.

ഒടിച്ചു വച്ച തലകളും മടക്കി വച്ച കൈകളും
നന്നായൊന്ന് കുടഞ്ഞു നിവരുന്ന വഴികൾ.

പെണ്ണ് പൂത്തപ്പോൾ

വിടർത്തിവച്ചിരിയ്ക്കുന്ന ചുണ്ടുകളെ പിൻവലിയ്ക്കാനും
നന്നായൊന്ന് കൂർപ്പിച്ച് പിടിക്കാനും പോലും
സ്വാതന്ത്ര്യം തരുന്ന വഴികൾ

കരളുറപ്പുള്ള മനുഷ്യർ ചുമ്മാ ഇങ്ങനെ
അലസമായി നടന്നു പോണ ഇടം...

എങ്കിലും,ചിലർക്ക് പിൻവാതിലുകളെ ഭയമാണ്.
നെഞ്ഞുറപ്പില്ലാത്ത അവർ
സകല ഓടകളും അവിടേക്ക് തുറന്നു വിട്ട്.
വാതിലിന് പുറകിൽ ശ്വാസം വിടാതെ,
കണ്ണു തള്ളിച്ച് പതുങ്ങിയിരിക്കുന്നു.

23 ജൂലായ് 2021

ഉറങ്ങുമ്പോൾ...

ഉറങ്ങുമ്പോൾ അട്ടപോലെ
ചുരുണ്ട് കിടന്നുറങ്ങണം.
പുറത്തേക്ക് നീളുന്ന ആയിരം
കാലുകളും മറന്നു വച്ചങ്ങനെ
ഖുറ് ഖുറെന്ന് ഉറങ്ങണം.

ഉറങ്ങുമ്പോൾ കുഞ്ഞുങ്ങളെപ്പോലെ
പൊട്ടിപ്പൊട്ടി ചിരിക്കണം
ലോകത്തിന്റെ എല്ലാ ചെളികളും
തോണ്ടിയെറിഞ്ഞിട്ട്.
കിലുകിലന്ന് ചിരിക്കണം.

ഉറങ്ങുമ്പോൾ പനിനീർപ്പൂവു
പോലെ വിരിയണം..
മുള്ളുകളോട് കണ്ണിറുക്കി കാണിച്ച്,
വിരിഞ്ഞ് വിരിഞ്ഞങ്ങ് രസിക്കണം..

ഉറക്കത്തില് കന്യകയെപ്പോലെ
സ്വപ്നം കാണണം
ഇതുവരെ ജനിച്ചിട്ടില്ലാത്ത ഗന്ധർവന്റെ
പ്രണയം
നുണഞ്ഞു നുണഞ്ഞു മയങ്ങണം.

ഉറക്കത്തിൽ അപ്പൂപ്പൻതാടി പോലെ പറക്കണം.
എല്ലാ ചരടുകളേയും നോക്കി
ഒരു കോഞ്ഞാട്ടച്ചിരിയും ചിരിച്ച്,
ഭൂമിയുടെ അപ്പുറത്തേക്ക് പറക്കണം.

18 ഒക്ടോബർ 2020

ഉറങ്ങാതിരുന്നവൻ..

ഉറങ്ങാതിരുന്നവൻ.,
വെളിച്ചം ചെമന്നപ്പോൾ.,
ഇരുളാണ് നന്നെന്നുറക്കെ
പറഞ്ഞവൻ...

'എന്റെയല്ലെന്റെയല്ലെ,'ന്നാണയിട്ട്
ആർത്തി തൻ ജാഡകൾ തട്ടിക്കളഞ്ഞവൻ...

നീറുന്നെനിക്കുള്ളു നിങ്ങൾക്ക്
നോവുമ്പഴെന്നു
പിടഞ്ഞു പിടഞ്ഞു വിതുമ്പിയോൻ...

ഇന്നേക്കു യാത്രയായ്...

ചെന്നു കേറുന്നിടത്തിരുളോ വെളിച്ചമോ
ഒന്നുമറിയില്ല, എങ്കിലും നിന്നിലെ
കന്മഷമില്ലാത്ത മനസ്സിന്
വേദന തീണ്ടാത്ത ശാന്തി നേരുന്നു ഞാൻ.

15 ഒക്ടോബർ 2020

(മഹാകവി അക്കിത്തത്തിന്റെ നിര്യാണത്തിൽ എഴുതിയത്)

നീ തന്നെ കവിതേ...

കൈവിടാൻ വയ്യ നിന്നെയെന്നോമലേ..
എത്ര നീ നോവേറ്റിയാലും.

നീ തന്ന കുളിരുകൾ,
നീ തന്ന പുലരികൾ,
നീ നട്ടു വിരിയിച്ച പൂമരക്കാടുകൾ...

കാണാതെ കാണാതെ പോകാൻ തുടങ്ങുമ്പോൾ
മൊട്ടായുണർത്തിയ കിനാവിന്റെ വർണ്ണങ്ങൾ..

കേൾക്കാതെ കേൾക്കാതെ മറയാൻ തുടങ്ങുമ്പോൾ
പ്രണവം പൊഴിച്ചൊരാ തൂമന്ദഹാസങ്ങൾ...

അറിയാതെ പോകാൻ തുടങ്ങുന്ന നേരത്തു
നീയാടിയെത്തിയ ലാസ്യച്ചുവടുകൾ..

ഉണരാൻ മടിച്ചു മയങ്ങുമെൻ പ്രാണനെ
തീർത്ഥം തളിച്ചങ്ങുണർത്തിയ വിരലുകൾ..

ഉണങ്ങാനറയ്ക്കുമെൻ മുറിവാറ്റി ജീവന്റെ
ചലനങ്ങളുന്മത്തമാക്കിയ കണ്ണുനീർ

പറയുവാനറിയാതെ ഉഴലുമെൻ ബോധത്തിൽ
കനലായി ആളിയോരാ സ്നേഹസ്പർശങ്ങൾ.

കൈവിടാൻ വയ്യ നിന്നെയെന്നോമലേ.....
നീ തന്നെ എൻ നോവ്,
നീ തന്നെ എൻ വാക്ക്,
നീ തന്നെ നീ തന്നെ
എന്റെ നിറവുകൾ..

പെണ്ണ് പൂത്തപ്പോൾ

നീ തന്നെ എൻ പ്രാണൻ
നീ തന്നെ എൻ ബോധം
നീ തന്നെ നീ തന്നെ
നീ തന്നെ കവിതേ
നീയെന്റെ വേരുകൾ..

06 ഫെബ്രുവരി 2021

മകനോട്

വേറില്ല പുണ്യമീയമ്മയ്ക്കോമനേ നിന്നെ വിട്ട്,
ഭാഗ്യം പിറന്നവളായത് നീ വന്നയന്നു മാത്രം.
ലോകം മുഴുക്കെ മുഖം വീർത്തു നില്പതാട്ടെ,
പോതും നിൻമൊഴി മനസ്സിൽ പനിമതി വിടർന്നുപൊന്താൻ..

ഒന്നല്ല,നൂറല്ലതൊരായിരം പുണ്യമമ്മ
ചെയ്തെന്നു നിശ്ചയമതാ പൂർവജന്മേ
അല്ലെങ്കിൽ കന്മഷമറിയാത്ത നിന്റെ കൂടെ
ജന്മം കഴിക്കുവതിന് ഭാഗ്യമെങ്ങനെ വന്നുചേരാൻ....?

സ്നേഹം, ദയ, കാരുണ്യമിതാദിയെല്ലാം
കാട്ടിത്തരും ഗുരു നീ തന്നെയി,പ്പാപിയ്ക്ക് മണ്ണിൽ
കാരുണ്യമോടെ നീ തരും കരുതലിൻ കരംപിടിക്കേ..
ഞാനിന്ന് പ്രായം മറന്നൊരു ശിശുവായി മാറി.
നീ കാട്ടുമകൈതവ കിശോര ചേഷ്ട
കാണുമ്പൊളെൻ പ്രായം കടന്നൊരു മുത്തിയായി.

ഈ പാപി ചെയ്തു പല ക്രൂരത, കുഞ്ഞേ നീയും
എല്ലാം മറന്നു, പിന്നെയുമോടിയെത്തി.
മൂർഖന്റെ പത്തിയു,മതി കൗതുകത്താൽ
മാത്രം ഗണിക്കും യമമിന്ന് നിന്റെ സ്വന്തം.

ഏകട്ടെ ഭഗവാൻ, മകനേ,നിൻ മനംപോലെ മുഗ്ദ്ധം
ഭാഗ്യങ്ങൾ നിന്റെ വഴിത്താരിലെങ്ങുമേയും
നാളത്തെ ലോകമത്, നിന്റെ ശബ്ദം
കേൾക്കാൻ കൊതിക്കുമാറുയരട്ടെ നീയും.

03 ഫെബ്രുവരി 2021

മറുതയാട്ടം

എനിക്കെന്റെ മറുതയ്ക്ക് പാട്ടുകെട്ടേണം..
എനിക്കെന്റെ ചാത്തനും പാട്ടുകെട്ടേണം'..
കൂളിക്ക്, ഗുളികന്, നാക്കില്ലാത്തപ്പന്,
നാട്ടിലെ പോതിയ്ക്ക് കുരുതി കമത്തണം.

പച്ചോല കുത്തി പന്തം നിവർത്തണം
നാടാകെ വെട്ടത്തിൽ മുക്കിയെടുക്കണം.
കുരുത്തോല കൊണ്ടെന്റെ പന്തലൊരുക്കണം
നാട്ടാരെ കൂട്ടിയാ കോട്ടയിൽ കൂടണം....

തോന്നുമ്പോഴൊക്കെ വ്രതംനോറ്റു നീറണം
നീരേ മറന്നുപോം കണ്ണീരായ് മാറണം
ദേഹം മറന്നൊരു തൂവലായ് പാറണം..
നാകം തുറക്കുമാ ആനന്ദമറിയണം.

തോന്നുമ്പൊഴൊക്കെ തിമിർത്താടി നിറയണം
കൂട്ടമായ് തേവിക്ക് നൃത്തം ചവിട്ടണം
തേവിയേം കൂട്ടിട്ട് തെല്ലൊന്ന് മോന്തണം..
കിട്ടണേലോരി പങ്കിട്ട് തിന്നണം.

തേവരെ തീണ്ടാതെ കുമ്പിട്ട് വാങ്ങണം
തേവരേം കൂട്ടീട്ട് തുള്ളി നെറയണം.
തേവിയെ പേടിച്ച് തീയാതെ നില്ക്കണം..
തേവിയേം കൂട്ടിട്ട് തെയ്യം ചവിട്ടണം.

തോന്നുമ്പോൾ, എല്ലാം മറന്നേ നടക്കണം
ദേവിയും ദേവരും ദൈവമല്ലറിയണം
'പൂർവികർ' എന്നൊരു ചാർവാകനാകണം
'സംസ്കൃതി' എന്ന് വണങ്ങി നിന്നീടണം..

എനിക്കിന്ന് പാമ്പിന്ന് പാലു കൊടുക്കണം
എനിക്കെന്റുറുമ്പിനെ ഓണത്തിനൂട്ടണം.
കാക്കയ്ക്ക്, മയിലിന് ഓരി പകുക്കണം
കാട്ടുമരത്തെ വലംവച്ച് വാഴ്ത്തണം..

കല്ലിനേം പുല്ലിനേം തൊഴുതു നടക്കണം
കല്ലല്ല, എന്നൊരു ബോധം പിറക്കണം..
കല്ലിനെ കൊണ്ടെന്റെ നാടു മെനയുന്ന
ശാസ്ത്രം പുലർത്തും പുരോഗാമിയാകണം.

24 ജനുവരി 2021

പെണ്ണ് പൂത്തപ്പോൾ..

വന്നോരും പോയോരും
നിന്നോരും കണ്ടോരും
കേട്ടോരും വരെ അവളോട് ചോദിച്ചു,

പെണ്ണേ, നീ പൂക്കാത്തതെന്ത്?
ചുമ്മാ ഇങ്ങനെ വിറച്ച് കോതി,
കാലിറങ്ങി, നാവിറങ്ങി കൂമ്പിനില്ക്കാൻ
നിനക്ക് നാണമില്ലേ?

ചോദ്യം കേട്ട് കേട്ട് അളമുട്ടിയപ്പോൾ
നാണം നീക്കി വച്ച്
അവൾ കുലുങ്ങി ചിരിച്ചു,

അപ്പോഴും അവർ കളിയാക്കി-
അയ്യേ...
ശരിക്കും ഒന്ന് നിറഞ്ഞ് ചിരിക്കാൻ പോലും
അറിയാത്തവൾ.
അടി മുതൽ തലത്തുമ്പുവരെ
പൊട്ടിപൊട്ടിത്തരിച്ച്..
കിലുകിലുങ്ങനെ കുലുങ്ങി....
കടൽത്തിരകളുടെ കിലുക്കത്തിൽ
ഇണനാഗങ്ങളുടെ വശ്യതയിൽ
നീ നിറഞ്ഞാടാത്തത് എന്ത്?
പഴഞ്ചത്തി !

അവൾ മടിത്തുമ്പിലും മുടിക്കെട്ടിലും
മനക്കുന്നിലും ഒളിച്ചു വച്ചിരുന്നതെല്ലാം
വലിച്ച് പുറത്തിട്ടു.
താൻ മറന്നു വച്ചിരുന്ന കടുംനിറങ്ങൾ

ആവേശത്തോടെ എടുത്ത്
കാലിൽ തളകൾ കെട്ടി.
കൈയിൽ പെരുത്ത തണ്ടകൾ ഇട്ടു.
കാമവും പ്രണയവും എടുത്ത്
കണ്ണ് കടുപ്പിച്ച് എഴുതി.
ഭയവും പേടിയുമെല്ലാം മിനുമിനുത്ത
മേൽവസ്ത്രങ്ങളോടൊപ്പം അഴിച്ചെറിഞ്ഞു.

നിന്ന നില്പിൽ അവൾ അങ്ങനെയങ്ങനെ പൂത്തു...
നിറഞ്ഞ് നിറഞ്ഞ്,
ഉലഞ്ഞ് ഉലഞ്ഞ് പൂത്തു

അവൾ പൂത്തിറങ്ങിയ മണത്തിൽ
അവർക്ക് തല കറങ്ങി;
ചമ്പകവും കൈതയും പെയ്തിറങ്ങുന്നത്
കാത്തിരുന്നവർക്ക്
അവളുടെ മദം പൊട്ടിയ വാട
മനം പെരട്ടിച്ചു.

തങ്ങൾ ഒളിപ്പിച്ചു വച്ചിരുന്ന ആ വൃത്തികെട്ട മണം
കടപുഴകി വരുന്നത് കണ്ട്
അവർ വിരണ്ടോടി.

കല്ലേറ് പോലുള്ള അട്ടഹാസങ്ങളോടൊപ്പം
പുറത്തേക്കുന്തി വരുന്ന
അവളുടെ കോമ്പല്ലുകൾ കണ്ട്
പേടിയോടെ അവർ
സ്വന്തം കഴുത്ത് പൊതിഞ്ഞു പിടിച്ചു.

അഴിച്ചിട്ടു കാട്ടാൻ അവളോട് ആജ്ഞാപിച്ച
മുടിക്കെട്ടിൽ, കാട്ടുമുല്ലയുടെ പരിമളവും
കരിമ്പനയുടെ സമൃദ്ധിയുമല്ല
കാളകൂടത്തിന്റെ സീൽക്കാരമെന്ന്
അവർ അന്തിച്ചു..

പെണ്ണ് പൂത്തപ്പോൾ

അവളുടെ മുടിയിൽ കളിക്കാൻ
കൂർപ്പിച്ച് വച്ച വിരലുകൾ
മടിക്കുത്തിൽ ഒളിപ്പിച്ചു പിടിച്ച്
അവർ ഇരുട്ട് തപ്പി ഒളിച്ചു നിന്നു.

താനൊന്ന് മൊട്ടിട്ടപ്പോഴേക്കും
പേടിച്ചോടിയവരെ കണ്ട്
അവൾ തലയറഞ്ഞ് ചിരിച്ചു.,,

ഓടിയ വഴിയിൽ വീണുപോയ,
അവരുടെ കൈയിൽ ചുരുട്ടിപ്പിടിച്ചിരുന്ന
സമ്പാദ്യങ്ങൾ അഴിച്ച് നോക്കി
അവൾ ചിരിച്ചു ചിരിച്ചു കുഴഞ്ഞു..

അമ്മ, പെങ്ങൾ, ഭാര്യ...
ഈ വിഡ്ഢികളുടെ എല്ലാ
സമ്പാദ്യവും തന്റെതാണല്ലോ
എന്നവൾ കുലുങ്ങിത്തിമർത്തു.
സ്വന്തമായി ഒന്നുമില്ലാത്ത ഭീരുക്കൾ !!

വിഡ്ഢികളേ,
നിങ്ങളെന്തിന് എന്നോട് പൂക്കാൻ പറഞ്ഞു ?
നിങ്ങൾക്ക് വേണ്ടത്ര പൂവിറുക്കാനോ,...
നിങ്ങൾക്ക് വേണ്ടത്ര മണം പൊഴിക്കാനോ,...
നിങ്ങൾക്ക് വേണ്ടത്ര മാത്രം തിമർത്തൊഴുകാനോ...

അത്ര മാത്രമായ് ഞാൻ പൂക്കണമെന്നോ ?

നിങ്ങൾക്ക് കൂടുതൽ ഇണക്കമുള്ള
ഇരയാവുന്നിടം വരെ
പൂത്തു നിർത്തുവാനോ എന്നോട് പറഞ്ഞത്?

പെണ്ണിന്റെ കൊമ്പുകളും മൊട്ടുകളും
എത്രയെന്ന് നിങ്ങൾക്കറിയുമോ?

സ്വന്തം വേരുകളുടെ ആഴങ്ങളോളം തന്നെ
ഉയർച്ചയും കനവും ഉള്ള കൊമ്പുകളുമുള്ളവൾ പെണ്ണ്..
ആഴത്തിലേക്ക് ഇറങ്ങുന്ന വേഗതയിൽ
ആകാശത്തേക്ക് വളരുന്നവൾ പെണ്ണ്'..

ഭീരുക്കളായ കുറുക്കന്മാരേ,
ഭയം ഇനിയും എടുക്കാനുണ്ടെങ്കിൽ കേൾക്കൂ..
പെണ്ണ് പൂക്കാൻ തുടങ്ങുന്നതേ ഉള്ളൂ..

23 ഫെബ്രുവരി 2020

അമ്മയെത്തീനികൾ

നോക്കൂ,

ചില കവിതകൾ നമ്മൾ പോലും
അറിയാതെ പൂത്തിറങ്ങുന്നവയാണ്.

പക്ഷേ,
വെളിച്ചം കാണാതെ മറച്ചു പിടിക്കാൻ
മാത്രം പിറവിയെടുത്തവയാണവ..

കാലങ്ങൾ കഴിഞ്ഞ് മാത്രം അംഗീകരിക്കപ്പെടാവുന്ന
ചില പാഴ്ജന്മങ്ങൾ.
പലപ്പോഴും അമ്മയെത്തീനി എന്നു
പേരു വീഴാവുന്ന നിഷ്കളങ്കതകൾ.

കല്ലേറുകളും എലിപ്പെട്ടികളും
കത്രികപ്പൂട്ടുകളും അപകട മരണങ്ങളും
കാത്തിരിക്കുന്നവ..

ചില കവിതകൾ.,
ഗർഭഛിദ്രത്തിനുള്ള
സാവകാശം പോലും കൊടുക്കാതെ
പൊടുന്നനെ വളർന്ന് ഇറങ്ങി പോരുന്നവരാണ്.

അളന്നെടുത്ത്,
അജണ്ടകൾക്ക് മുകളിൽ മാത്രം
അക്ഷരം പെറുക്കിവയ്ക്കുന്നവർക്ക്
ഈ തിടുക്കം മനസിലാവുകയേ ഇല്ല.

അമ്മയെത്തീനികളാണെന്ന് അറിഞ്ഞിട്ടും,
എല്ലാ അപകടമരണങ്ങളേയും മറന്ന് വച്ച്
ഓരോ പിറവിയേയും പൊതിഞ്ഞു പിടിയ്ക്കുന്ന
ആ പെരുംപെണ്ണിനെയാണ് എനിക്കിഷ്ടം..

25 ഡിസംബർ 2019

രാത്രി പൂക്കുന്നു.

രാത്രി പൂക്കുന്ന പൂക്കൾ തൻ ഗന്ധം
പേറി നില്ക്കുന്നു മാരുതൻ.

കൂട്ടിലേറി ചിറകൊതുക്കുന്ന
പ്രാവു മൂളുന്നു ശൃംഗാരം.

സന്ധ്യ പോകുന്നു, നാമം ചൊല്ലുന്നു
നാട്ടു മുത്തശ്ശിമാവുകൾ.

ഭൃംഗരാജന്മാർ കാമുകീമുഖം
ഓർത്തു ഗൂഢം ചിരിയ്ക്കുന്നൂ.

തമ്പുരാനിനി നാളെയേയുള്ളൂ
കണ്ണടയ്ക്കുന്നു താമര.

വെമ്പിനില്പാണ് ആമ്പൽമൊട്ടുകൾ
വിണ്ണിലേറുവാനമ്പിളി.

ഒന്നൊതുങ്ങി വണങ്ങി ഭൂമിയും
നിദ്രയെ വരവേല്ക്കുവാൻ.

മണ്ണ് കാണും വെളിച്ചമിത്രമേൽ
ചന്തമാക്കുന്ന രാത്രിയെ

ഉള്ളഴിഞ്ഞെതിരേല്ക്കുവാനായി
ഒന്നൊരുങ്ങട്ടെ ഈ ഞാനും..

09 സെപ്തംബർ 2021

ചിരിപ്പാട്ട്

ചിരി, ചിരി, ചിരി.. ചിരിക്കാതെ ചൊല്ലാം..
ചിരിക്കു പിന്നിലെ മറുപുറം കാണാം..

കുരുന്നുകുഞ്ഞുങ്ങൾ ഒഴിഞ്ഞ മോണയും
വിടർത്തി പാൽച്ചിരി ചൊരിഞ്ഞിടും നേരം
ഉലകനായകൻ തൊഴുകയ്യുമായി
ഉടൻ മുമ്പിലിങ്ങു പിറന്നതു പോലെ.

കുസൃതി കാട്ടുന്ന കിശോരപുണ്യങ്ങൾ
ഉതിർക്കും പൂത്തിരി പരമപാവനം.
സകല ദുഃഖവും അകറ്റി മർത്ത്യന്
സുഖദമേകുമാ ചിരിയ്ക്ക് വന്ദനം.

ഒളിഞ്ഞുനോട്ടത്തിൽ അലിച്ചു ചേർത്തൊരാ
ചിരി, പ്രണയിനി വരയ്ക്കും വർണങ്ങൾ
കൊളുത്തു പോൽ പ്രിയൻ ചിരിച്ചു നേടുമാ
മധുരമോഹന അഴകിൻ ലോകങ്ങൾ.

മദനാരി പോലും മയങ്ങിപ്പോകുമാ
കടുത്ത കാമത്തിൽ കുതിർത്ത ഹാസങ്ങൾ
പ്രകൃതിയ്ക്ക് പ്രിയം, മനുജനും ഗുണം
ഇണങ്ങി നില്ക്കട്ടാ ചിരിയുമീ ഭുവിൽ.

കുറുനരിച്ചിരി കൊതിച്ചിരി മാത്രം
കുടിലത കൂർത്ത പുറംമോടി മാത്രം
ഇരയെ കോർക്കുന്ന വെറുമൊരു ചൂണ്ട
കരുതലോടെ നാം ഒഴിഞ്ഞ് മാറണം.

അതിലും മ്ലേഛമാണധമന്റെ ചിരി
തനിക്ക് മേലെയായ്, ഉയർന്ന് നില്പ-

വരവനിലുണ്ടാക്കും അപകർഷബോധം
ഇളിച്ചു തീർക്കുന്ന കൃമി മാത്രമവൻ.

സുധീരരായവർ, തിരക്കിലാണെല്ലാം
'സ്വധർമം', 'കർമ'മെന്നൊരൊറ്റ ചിന്തയാൽ
തൊടാറില്ലൊരൊറ്റ അളിഞ്ഞിളികളും
'തനിക്കൊത്ത കർമം'അവർ തൻ പുഞ്ചിരി.

03 ഒക്ടോബർ 2020

കുരുപ്പുകൾ

കുടുക്കും പൊട്ടിച്ചുരുണ്ട് വന്നണ്ട്
മാനത്തുള്ളൊരു കല്ലുകൾ.
മറിതിരി തിരിഞ്ഞോടി വന്നണ്ട്
കുരുത്തം കെട്ട കുരുപ്പുകൾ...

ഒടിഞ്ഞു തൂങ്ങിയ കൂരയിന്ന്
കുടുകുടുന്നൊരു കരച്ചിലാ.,
മുഴുത്ത തുള്ളികൾ തറ തൊടുമ്പഴ്
പൊരയിലുണ്ടൊരു പൊകച്ചില്.

കൊരച്ചു കൂട്ടണ തൊണ്ടനിന്ന്
വലിയ വായില് തെറിവിളി
ഇടിച്ചു കൂടണ മുതുക്കിയിന്ന്
തുറന്ന വായില് പ്രാകല്.

എണങ്ങി നെക്കണ കെട്ടിയോൾക്കി-
ന്നൊടുക്കത്തെ കലി തിട്ടമാ,
അടുത്തു ചെന്നാല് ചങ്ക് പൊട്ടണ
നെഞ്ചത്തടി, നെലവിളി..

പായക്കുള്ളില് പതുങ്ങും പിള്ളറ്
നെഞ്ചിനുള്ളിലെ കലക്കമാ,
വാതുവച്ചിട്ട് വീശിടുമ്പോഴും
മാഞ്ഞ് പോകാത്ത വിങ്ങലാ..

20 സെപ്തംബർ 20

വാതിലുകൾ ഉണ്ടാവുന്നത്.

പേടി കൂടുമ്പഴാണ് നമ്മൾ
വാതിലുകളെ കുറിച്ച് ചിന്തിച്ചു പോകുന്നത്.
നമ്മളെ തന്നെ പേടിയാവുമ്പഴ്..

നമ്മൾ ഒഴുകിയിറങ്ങുന്നു എന്ന് പേടി തോന്നുമ്പള്,
നല്ല കനമുള്ള വാതിലുകളെ മോഹിക്കാൻ തുടങ്ങുന്നു.

നമ്മളെ ഒരു തുള്ളി പോലും പുറത്തു വിടാൻ
സമ്മതിക്കാത്ത ഒരു കൂറ്റൻവാതിൽ.

വിരുന്നുമുറികളും തീൻമേശകളും
പൂച്ചട്ടികളും രസപ്പെട്ടിയും
ചാടിക്കടന്ന്
പുറത്തേക്ക് നീളുന്ന നമ്മുടെ കണ്ണുകളെ
കൊളുത്തിട്ട് പൂട്ടി വയ്ക്കുന്ന ഒരു വാതിൽ.

ഇരുട്ടുമുറികളും ആളുന്ന അടുപ്പും
നീറുന്ന കണ്ണുനീരും ഉണ്ടായിട്ടും
പുറത്ത് നിന്നു വരുന്നവരെ ഓർത്ത്
അടിവയറ് വിറയ്ക്കുമ്പോൾ,
സാക്ഷയുള്ള ഒരു വാതിലിനെ
നമ്മൾ
സ്വപ്നം കണ്ടു തുടങ്ങുന്നു.

എന്നിട്ടും.,
വാതിൽ പണിയിപ്പിക്കുന്നതിന്
പുറത്ത് നിൽക്കുന്ന ശത്രുവിനെ
നമ്മൾ വെറുതെ കുറ്റം പറയുന്നു.

കളവാണ് എന്നറിഞ്ഞു കൊണ്ട് തന്നെ
ഉറക്കെ ഉറക്കെ പറഞ്ഞ് നടക്കണ
ഒരു പെരുംനുണ.

പെണ്ണ് പൂത്തപ്പോൾ

ചുമ്മാ,.
പേടി തോന്നുമ്പോൾ ഉറക്കെ പാട്ടു പാടണ
കുട്ടിക്കാലം പോലെ.

ഭയമില്ലാത്തവർ എല്ലാ വാതിലുകളും തുറന്നിടുന്നു.
എത്ര പേർ വാതിൽ കടന്ന് വന്നാലും
അവർ ഒറ്റയ്ക്ക് ധ്യാനമിരിയ്ക്കുന്നു.
മുഴുവൻ പേരും വാതിൽപ്പടികൾ കടന്നു പോയാലും.
അവർ സംഘനൃത്തം ആടിരസിക്കുന്നു.

വലിയ കാറ്റുകളേയും
കടുത്ത വെയിലുകളേയും
കൊടിയ തണുപ്പുകളേയും
നിറഞ്ഞ ഇരുട്ടിനേയും
തിളച്ച വെളിച്ചത്തേയും പേടിക്കാത്തവർ
എല്ലാ വാതിലുകളും എല്ലാ ജനലുകളും തുറന്നിടുന്നു.

04 നവംബർ 2020

പ്രകൃതിനിയമം.

മനസ്സു വിങ്ങുന്ന നേരത്തുമാടണം
മധുരമോഹന നൃത്തം., നർത്തകി.

നെഞ്ചു നീറുന്ന നോവിലും പാടണം
ഹൃദ്യമാം നൂറു രാഗങ്ങൾ ഗായകൻ...

ഇരുളിനുള്ളിൽ സ്വയമാണ്ട് നിൽപ്പിലും
കവികൾ കോറണം നാടിന്ന് സൂര്യനെ..

സ്വയമലിഞ്ഞങ്ങില്ലാതെ പോവിലും
നടനു വേദികൾ കാലം മുറിക്കണം..

കയ്പ് മാത്രം കുടിച്ച് ശീലിയ്ക്കിലും
നർമമോതണം ഭംഗിയായ് കാഥികൻ

പിരിയുവാൻ ഒട്ടും മനസില്ലയെങ്കിലും
കൈ കൊടുത്തിട്ടകലണം യാത്രികർ...

പ്രകൃതി തന്റെ നിയമമിതോർക്കുകിൽ
പ്രണയം തോന്നും മറയുവാൻ പോലും.

16 മാർച്ച് 2021

പാട്ടാകാൻ
(ഒരു പാരഡി)

പാട്ടാകാൻ ഗുണം വേണം, സ്വന്തമായി വരികൾ വേണം.
അർത്ഥമൊത്തു വരുംവിധം എഴുത്തും വേണം.

സംഗീതജ്ഞനാകണമെങ്കിൽ അവനോനൊരീണം വേണം.
ആരാന്റീണം എടുക്കുമ്പോൾ നാണവും വേണം.

വേണ്ടെന്നാട്ടെ വേണംന്നാട്ടെ, വേണ്ടണമെന്നാലങ്ങനെയാട്ടെ
തന്റേതായിട്ടൊരു തന്തു പാട്ടിൽ കാണേണം

ചോദ്യം വേണം,ചിന്ത വേണം,മാമൂൽ മാറ്റി നടക്കേണം.
മുറിക്കണ്ടം കോട്ടാകാതെ ശ്രദ്ധയും വേണം

വന്നവഴിയോർമ വേണം, വരുംകാലം കണ്ടീടേണം.
തന്നിൽ ചെറിയവനെ കണ്ടാൽ നോവ് തോന്നേണം.

പാരഡിയാട്ടെ, കോമഡിയാട്ടെ, ചോദ്യം ചെയ്യും തീക്കാറ്റാട്ടെ...
ആദ്യം മുതൽ അന്ത്യം വരെ 'താനു'ണ്ടാകേണം..
അതിൽ,
ആദ്യം മുതൽ അന്ത്യം വരെ 'താനു'ണ്ടാകേണം.

21 ഒക്ടോബർ 20

ആലായൽ തറ വേണം എന്ന ഈണത്തിൽ

എടവം

എടവത്തിനെന്നും മിഴി നിറഞ്ഞിങ്ങനെ,
തോരാതെ തേങ്ങുന്നതെന്തിതമ്മേ...?
ഇടയിടെ പൊട്ടിക്കരയുന്നതും കാണാം
വഴിനീളെ കരയിലും കൂട്ടു പോരും..

"എന്തേ കരയുവാൻ?" ചോദിയ്ക്കുമെങ്കിലും
മിണ്ടില്ല, ഏങ്ങലിൻ തേക്ക് മാത്രം.

ചില വേള അവളെന്റെ മുടി കോതിത്തന്നിടും
നനവാർന്ന കൈകൾ കൊണ്ടരുമയായി..
കണ്ണീരു വറ്റാത്ത കവിൾ ചേർത്തുവച്ചെന്റ
കുഞ്ഞുമുഖ,മുമ്മ കൊണ്ട് മൂടും..

എങ്കിലുമവളിങ്ങനെപ്പഴും നിറയുന്നു
അമ്മ തൻ കണ്ണുകൾ പോലെത്തന്നെ.

"എടവം കരുതലാണെന്റെ കുഞ്ഞേ,
നമ്മെ വറുതിയിൽ പോകാതെ കാക്കുന്നവൾ.

പൊള്ളുന്ന വേവിലും സ്വയം കൂട്ടിവച്ചോരാ
സ്നേഹം പുതിർന്നു കുതിർന്ന് പോയോൾ.

കൊടും വേനലൂറ്റി പുറത്തിട്ട മണ്ണിന്റെ
ജലവേര് ശോഷിച്ച് ഭൂമി വരളുമ്പോൾ,
വിയർപ്പിന്ന് പോലും കടുത്തുപ്പുകല്ലിന്റെ മേ-
ലിറ്റ് നീരും പൊടിയാത്ത കാലം..
എടവം പിടഞ്ഞു പോം,..

എടവം പിടഞ്ഞു പോം...
മണ്ണിനെ സ്നേഹിയ്ക്കുമവളുടെ,
കൈവിട്ട് സ്നേഹം തൂർന്ന് വീഴും.

പെണ്ണ് പൂത്തപ്പോൾ

സ്നേഹം പൊറാഞ്ഞ് വിതുമ്പുന്നതാണവൾ,
അമ്മയ്ക്കെന്നുണ്ണിയെ കാണുമ്പോലെ..

ആർത്തികൊണ്ടവളാകെ ചേർത്തുപിടിയ്ക്കുന്നു.
മണ്ണിനെ, നെഞ്ഞാഴമെത്തും വരെ..
വിറയുന്ന ചുണ്ടുകൾ ചേർത്ത് തടവുന്നു
മണ്ണിന്റെ മുറിവുകൾ തോറുമവൾ..

അവളുടെയാ സ്നേഹം മുറി തൂർത്ത് വന്നിടും
കരയും കടലും ഒന്നാക്കിടും..

അല്പരാം മാനുഷർ നാമെന്തറിയുന്നു?
സ്നേഹത്തെ പോലും അളന്നു വില്പോർ...

ഉള്ളിലെ സ്വാർത്ഥത്തിനപ്പുറം പ്രേമത്തെ
കൈ തട്ടി മാറ്റുന്ന കള്ളക്കൂട്ടർ.

07 ജൂൺ 2021

പേടിയാണെനിക്കെന്റെ ഭൂമിയെ വിട്ടു പോരാൻ...

എങ്കിലും നന്ദി, ഭവാൻ
എത്രയോ മേലേ നിന്നും
എന്നെയും തേടിക്കൊണ്ടീ
മണ്ണിലേക്കെത്തിയല്ലോ....

സ്വപ്നത്തിൽ പോലും എനി-
ക്കേറുവാൻ കഴിയാത്ത
വിണ്ണിനും മേലെയാണ്
അങ്ങ തൻ വാസസ്ഥലം.

തൊട്ടു നീ വിളിക്കിലും
പോരുവാൻ വയ്യാ പ്രഭോ
അവ്വിധം ഞാനീ മണ്ണിൽ
വേരുകളാഴ്ത്തി പോയി.

പേടിയാണെനിക്കെന്റെ
ഭൂമിയെ വിട്ടു പോരാൻ
ഞാൻ വിട്ടു പോന്നെന്നാകിൽ
ജീവിതം നിലച്ചു പോ,മൊത്തിരി
കൂട്ടുണ്ടെനിക്കങ്ങുന്നേ, ക്ഷമിക്കണം.

19 ജൂലായ് 2020

എന്റെ സൂര്യനേ...

അധമ ഞാനി,ന്നെന്തു പാടുവാൻ ?
ഉയരെ നില്ക്കുന്ന സൂര്യനെ നോക്കി
മനമഴിഞ്ഞത് ആകാശത്തുണ്ടിലെ
സുഭഗതാരമാം നിന്നെ കണ്ടാകിലും
പദമിരിപ്പത് എന്റെ മനസ്സിലെ
നിറയെ തിങ്ങിടും ചെളിയിലായാണല്ലോ.

ഉയരെയായിട്ട് പോകുന്ന നേരവും
താഴെ നോക്കുവതാ മഹാകാരുണ്യം
നിറയെ കായുള്ള മാമരം കുനിവത്
മണ്ണ് കാമിച്ചല്ല,ലിവിൻ കരങ്ങളാം
അതിനും 'സ്വന്ത'മായ് പേരിട്ടു കൂട്ടുന്ന-
തറിവ്കേടല്ല,ഹങ്കാരമല്ലയോ...

എരിയും നിന്നെയീ ചെറുകുളത്തിങ്കൽ
ഒരു പകൽ തളച്ചെന്നോ ? പരമവിഡ്ഢിത്തം.
പിരിയും നേരം നിൻ കവിൾ വിറച്ചെന്നോ?
കവിക്ക് മാത്രമാം നിറഞ്ഞ ഭാവന.
എടുക്കൂ കൈകൾ നീ, തുടരൂ നിൻ യാത്ര
പരിഭവമല്ല പരമസായൂജ്യം.

ഉയരെ നില്ക്കട്ടെ, നീയെന്റെ സൂര്യനേ
വിളറിടാതൊട്ടും മണ്ണിന്റെ കേടിനാൽ-
ഭുവനമാകെയും അ,പ്രേമസ്പർശത്താൽ
പ്രതിദിനം പുതു പുലരി പുല്കട്ടെ
പ്രഭ വരുന്നതും നിഴൽ വിരിപ്പതും
ഇരുൾ തരുന്നതും എരിയും നീയാലല്ലോ.

20 മാർച്ച് 2021

ദുഃഖവെള്ളി

വേദനകളുടെ കൊടിയ ദുഃഖവെള്ളികൾ
പ്രാർത്ഥനയുടെ പ്രതീക്ഷാദിനങ്ങളാക്കി
മാറ്റിയത് നിന്റെ മരണമാണ്.

മരണമെന്ന പൂർണബിന്ദുവിനപ്പുറം
ഉയിർപ്പുപോലൊരു സ്വപ്നം
സാധ്യമാക്കിത്തീർത്തത്
നിന്റെ വേർപാടാണ്.

നിന്റെ രക്തത്തിനും മാംസത്തിനും
വിലയിട്ടവരെപ്പോലും
ആ സാധ്യതയ്ക്കുമുമ്പിൽ മുട്ടുകുത്തിപ്പിച്ചത്
നിന്റെ വിജയമാണ്.

ഒറ്റ മരണം കൊണ്ട്,
ജീവിതവും മരണവും കാലവും
അടയാളപ്പെടുത്തിയ നീ
അത്ഭുതം തന്നെയാണ്...

02 ഏപ്രിൽ 2021

പുതുവർഷം

ചെളി പിടിച്ചുവലിയ്ക്കിലും
പിന്ന,ഴലിലാണത് നിൽക്കിലും
മുദിതമോദം നീയുദിച്ചെൻ
അരികു തേടി വരും ദൃഢം.

വ്യഥകൾ മാറ്റി ഉണർന്നിടട്ടെ
ജഗദീശ, നിന്നെയെതിരേല്ക്കുവാൻ:
പുതിയ സ്വപ്നമുരച്ച് നമ്മൾ
ഹൃദയരാഗമുയർത്തുവാൻ.

01 ജനുവരി 2022

ഉയിർപ്പ്

എനിയ്ക്കൊന്ന് ഉയിർത്തെഴുന്നേല്ക്കണം.

ഉയിർപ്പ് കഴിഞ്ഞ് സ്വർഗത്തിലേക്ക് പോകാനല്ല,
അങ്ങോട്ട് പോയിട്ട് എനിക്കൊന്നും ചെയ്യാനില്ല:.

ഇവിടെ,
ഈ മണ്ണിൽ,
നിന്റെ മുമ്പിൽ ജീവിയ്ക്കാൻ...

നീ തലയിൽ വച്ച് തന്ന കുരിശുകൾ
എന്റെ തലച്ചോറിനെ
കൊന്നു കളഞ്ഞല്ലോ എന്ന്
നീ ആർത്തു ചിരിക്കുമ്പോൾ
ഒരു കുഞ്ഞിന്റെ തലച്ചോറിന്റെ പുതുമയോടെ
ഞാൻ വീണ്ടും ജനിയ്ക്കും,

നീ ചതച്ച് കളഞ്ഞ നട്ടെല്ല്
എന്നിൽ നിന്നും ഊർന്നു പോയി എന്ന്
നീ ആഹ്ലാദിയ്ക്കുമ്പോൾ,
ഉയിർത്തു നേടിയ നട്ടെല്ലിൽ
ഞാൻ ഭൂമിയും ആകാശവും കടന്നു നിൽക്കും.

നിന്നോടുള്ള സ്നേഹം വെറും
വിഡ്ഢിത്തത്തിന്റെ കറ എന്ന്
നീ കൈ കഴുകുമ്പോൾ
ഒരായിരം സ്നേഹത്തിന്റെ പൂന്തോട്ടം
ഞാൻ എന്റെ ചുറ്റും നിരത്തും

എന്റെ സഹനങ്ങളെ നാണമില്ലായ്മ എന്ന്
നീ നീട്ടിത്തുപ്പുമ്പോൾ....

പെണ്ണ് പൂത്തപ്പോൾ

കാറ്റു പിടിക്കാത്ത കൊട്ടാരമെന്നറിഞ്ഞ്
ഞാൻ നിറഞ്ഞ് ചിരിയ്ക്കും,

എന്റെ ഉയിർപ്പു കണ്ട് ഭയം കൊണ്ട നീ
എന്നെ വാഴ്ത്താൻ വരരുത്,

നിനക്കു അനുഗ്രഹങ്ങൾ തരാനല്ല,
നിന്നെയും കടന്ന് ജീവിയ്ക്കാനാണ്
ഞാൻ ഉയിർപ്പെടുത്തത്.

04 ഏപ്രിൽ 2021

സ്ഥാനാരോഹണം

മണ്ഡോദരി പിടഞ്ഞെണീറ്റ്
നിലക്കണ്ണാടി നോക്കിയോടി.
എവിടെയായിരുന്നു ഇതൊക്കെ വച്ചിരുന്നത്..?
നന്നായി അണിഞ്ഞൊരുങ്ങണം.

പട്ടമഹിഷിയാണ്.
കവലയിൽ ഇന്ന് സ്ഥാനാരോഹണമാണ്.
രാമനെ കൊന്ന് രാവണനെ സിംഹാസനസ്ഥനാക്കുന്നു.

സ്വപ്നത്തിൽപോലും കാണാൻ ധൈര്യമില്ലാത്ത
കാര്യമായിരുന്നു.

തണുത്തുറഞ്ഞ് പോയ കിടക്കമുറി ഉണർന്നെണീറ്റ്
മണ്ഡോദരിയെ നോക്കി ഒരു കുസൃതിച്ചിരി ചിരിച്ചു.

രാവണപ്രഭുവിന്റെ പ്രൗഢചലനങ്ങൾക്ക് പകരം
വിഭീഷണന്റെ തണുത്ത രാജതന്ത്രം കൊണ്ട്
ലങ്ക തന്നെ മരവിച്ച് പോയിരിക്കുന്നു.
കലയുടെ ഉച്ചസ്ഥായികൾക്ക് പകരം
അനുരഞ്ജനത്തിന്റെ പിറുപിറുക്കലിൽ
ലങ്കയ്ക്ക് മനംപിരണ്ടു തുടങ്ങി.

പ്രഭു മടങ്ങി വരികയാണ്,
സമ്രാട്ടായി തന്നെ.
നന്നായി അണിഞ്ഞ് തന്നെ ഇറങ്ങണം,
പട്ടമഹിഷിയാണ്.
നാലാള് കൂടുതൽ വരണ സമയമാണ്.
ലങ്കയിൽ നിന്നു മാത്രമല്ല,
കൂടുതൽ ആളും ആ രാമന്റെ നാട്ടിന്നാണത്രെ.
അയോധ്യയിൽ നിന്നും ആളുകളുണ്ടാവുമോ എന്തോ?
ജാനകിയും ഉണ്ടാവുമോ ??

പെണ്ണ് പൂത്തപ്പോൾ

പെട്ടെന്ന് മണ്ഡോദരി ഒന്ന് മുടന്തി.
മെലിഞ്ഞ്, നനുത്ത ചമ്പകപ്പൂവിന്റെ നിറമുള്ള
ഒരു മിന്നൽ
അവളുടെ അടിവയറ്റിലൂടെ
മേലേക്ക് പാഞ്ഞ് കയറി.
തന്റെ ഉറച്ച ശരീരത്തിന് അതിനെ
തടയാനാവുന്നില്ല എന്നവൾ അറിഞ്ഞു.

രാജേശ്വരനായ രാവണനെ കൊന്ന,
വെളുത്ത രാമന്റെയും വെളുത്ത സീതയുടേയും
കഥ കേട്ട് കേട്ട്
ചെവി തുരന്നു പോയിരുന്നു.
ഇനി ആരും ആ കഥ പാടിനടക്കില്ലത്രെ.

രാവണവംശത്തിന്റെ കറുപ്പിനോളം അഴകാർന്ന
ഏത് വർണം.??
ദ്രാവിഡമുറ്റിന്റെ വശ്യവർണം.
എന്തൊരു അഴകായിരുന്നു പ്രഭുവിനെ കാണാൻ...
സിംഹാസനത്തിലങ്ങനെ ഇരിക്കുമ്പോൾ
വാതിൽവിരിയ്ക്ക് മറഞ്ഞു
നിന്നാസ്വദിക്കാനായിരുന്നു കൂടുതൽ ഇഷ്ടം.
മഷിയെഴുതിയ കറുപ്പ് വർണം...

രാക്ഷസിപെൺകൊടികൾ കറുത്ത,
ഉറച്ച കാലടികൾ വച്ച് നൃത്തം ചെയ്യുമ്പോൾ
തനിക്ക് പോലും കൊതി വന്നിട്ടുണ്ട്.

അവിടേക്കാണ്,
തങ്ങളുടെ ആ നാട്ടിലേക്കാണ്....
കറുപ്പിന്റെ സമ്പന്നതയിൽ, സ്വാതന്ത്ര്യത്തിൽ
പറന്നു നടന്നിരുന്ന തങ്ങളുടെ നാട്ടിലേക്കാണ്.....

ചിത്രവർണപ്പെട്ടി തുറന്ന് അവൾ
ചേലകൾ മാറി മാറി നോക്കി.

രമ ചെപ്പ്

കടും ചെമപ്പ് വർണത്തിൽ കട്ടിക്കസവ്
അരിക് ചേർത്ത ചേലയെടുത്തു.
പ്രഭുവിന് ഏറ്റവും ഇഷ്ടമുള്ള ചേലയാണ്.
കസവിന്റെ മഞ്ഞനിറം തട്ടി മഷിയെഴുതുന്നതു പോലെ
തിളങ്ങുണ തന്റെ മുഖത്ത് നോക്കി
അന്തം വിട്ട് നിക്കാറുള്ള പ്രഭുവിനെ കണ്ട് മനസ്സിൽ
ചിരിക്കാറുണ്ടായിരുന്നു.
അത്രയ്ക്ക് ഇഷ്ടമായിരുന്നു തന്നെ...
അവിടേക്കാണ്,..
വീണ്ടും ഒരു വെള്ളിനൂല് ഇടനെഞ്ച് പിളർത്തി
പാഞ്ഞ് പോയി...

അവൾ പച്ചകല്ലുവച്ച മാല തന്നെ തിരഞ്ഞെടുത്തു.
പ്രഭു സപ്തദ്വീപുകൾക്കപ്പുറത്ത് നിന്നും
ഓർത്ത് വച്ച് കൊണ്ടുത്തന്നതാണ്.
എവിടെ പോയാലും രാജ്യത്ത് എല്ലാവർക്കുമായി
എന്തെങ്കിലും കൊണ്ടുവരുമായിരുന്നു
കൂട്ടത്തിൽ ഏറ്റവും സുന്ദരമായത് തനിക്ക് സ്വകാര്യമായും.
ലോകത്തുള്ള സൗന്ദര്യവസ്തുക്കൾ മുഴുവൻ
ഞാൻ തപ്പി നടക്കുന്നത്,
നിന്നേക്കാൾ സൗന്ദര്യമുള്ള എന്തെങ്കിലും
ഉണ്ടോയെന്നറിയാനുള്ള കൗതുകം കൊണ്ടാണ്
മണ്ഡോദരീ എന്ന് പ്രഭു പറയാറുണ്ട്.
അത്രയ്ക്ക് ഇഷ്ടമായിരുന്നു തന്നെ.
എന്നിട്ട്...
ചെമന്ന് തുടുത്ത ഒരു സ്വർണത്താല് തിങ്ങി നിറഞ്ഞ്
മണ്ഡോദരിയ്ക്ക് നെഞ്ച് കഴച്ചു.

പിന്നീട്,
ലങ്കയുടെ കരുത്തിന്റെ കറുപ്പ് മുഴുവനായും നരച്ച് നരച്ച്
പോകുന്നത് താൻ കണ്ടു.
വിഭീഷണൻ പോലും രാമഭാഗമായത്

പെണ്ണ് പൂത്തപ്പോൾ

രാമന്റെ വർണത്തിൽ അന്തിച്ചിട്ടാണ് എന്ന്
പലരും അടക്കം പറയാൻ തുടങ്ങി...
അന്ന് തുടങ്ങിയതാണ് വെളുപ്പിനോടുള്ള ഈ വെറുപ്പ്.

നൂറ്റാണ്ടുകൾക്കിപ്പുറം,
ഇന്നിന്റെ മക്കൾ
കാലത്തെ മാറ്റിയെഴുതുകയാണ്.
രാമായണമല്ല, രാവണഗാഥകളാണത്രേ
ഇന്നി പാണന്മാർ പാടുക..

രാവണപ്രഭുവിനെ കൊന്ന്, ലങ്ക ജയിച്ചുപോയ രാമൻ
ഗർഭിണിയായ സീതയെ ഏതോ ഒരു
കാട്ടിലുപേക്ഷിച്ചുവത്രെ.
പ്രഭു ആയിരുന്നെങ്കിൽ ഒരിക്കലും അങ്ങനെ
നടക്കില്ലായിരുന്നത്രെ.
ശരിയാണ്,
പ്രഭു ഒരിക്കലും സീതയെ ഉപേക്ഷിക്കില്ലായിരുന്നു.
ആയിരുന്നെങ്കിൽ പ്രഭുവിനെ ലങ്കയ്ക്ക്
നഷ്ടമാവില്ലായിരുന്നല്ലോ..

വെളുത്ത രാമന്റെ കറുത്ത നീതി
ഇന്ന് വിചാരണ ചെയ്യപ്പെടും.
ആര്യന്മാരുടെ അന്യായത്തിനു മുകളിൽ
ദ്രാവിഡനീതി വിജയിക്കും.

രാഷ്ട്രതന്ത്രജ്ഞർ, കവികൾ എല്ലാവരും ഇന്നെത്തും..
വർണവെറിക്കെതിരെ പടവാളെടുത്ത ചെറുപ്പക്കാരുടെ
സംഘങ്ങൾ തന്നെ വരണുണ്ട്.
പെൺപക്ഷകവികളും ചിന്തകരും വരും..

പെണ്ണിനെ അടിമയാക്കുന്ന എല്ലാ നിയമ പുസ്തകങ്ങളും
ഇന്ന് കൂട്ടിയിട്ട് കത്തിക്കും.
ആ അഗ്നിയെ സാക്ഷി നിർത്തിയാവും പ്രഭുവിന്റെ
സ്ഥാനാരോഹണം.

കാലങ്ങളായി ചവിട്ടിയരയ്ക്കപ്പെടുന്ന കറുപ്പിന്റെ
സിംഹാസനാരോഹണം.
രാമനെ കൊന്ന് രാവണപ്രഭുവിനെ
വാഴിക്കുന്ന ശുഭമുഹൂർത്തം.

പുലർച്ചെ നാലരനാഴികയ്ക്ക് തന്നെ ആഘോഷം തുടങ്ങും.
മണ്ഡോദരി തിടുക്കത്തിൽ മുടി കെട്ടാൻ തുടങ്ങി...
തോഴിമാർ മുടിയൊരുക്കി തരുന്നത്
പ്രഭുവിന് പണ്ടേ ഇഷ്ടമല്ലായിരുന്നു.
'മയന്റെ മകളോളം കരവിരുത് ആർക്കുണ്ട്' എന്ന്
അദ്ദേഹം അലങ്കരിച്ച മുടി ഓമനിക്കുമായിരുന്നു.
തോഴികളും പല്ലക്കുകളുമൊക്കെ എന്നേ ഒഴിവാക്കി...
പ്രഭുവിന്റെ മരണശേഷം കുറച്ചുകാലം വിഭീഷണന്റെ
ദാസിമാർ അറയ്ക്ക് കാവലുണ്ടായിരുന്നു.
പിന്നെപ്പിന്നെ.. മണ്ഡോദരിയുടെ കാലം കഴിഞ്ഞെന്ന്
അവർക്കും മനസിലായി.
മണ്ഡോദരി ഒറ്റയ്ക്ക് തന്നെ ഇറങ്ങി.
താൻ നടക്കാത്ത ഏതു വഴിയുണ്ട് ലങ്കയിൽ..?
മയന്റെ 'കൊട്ടാരത്തിലും ലങ്കയിലെ വഴികളിലും
തനിക്കാരും കൂട്ടു വേണ്ട.
ഉറച്ച കാലടികൾ വച്ച്, കറുത്ത പർവ്വതം തലയിൽ കൊരുത്ത്
മുഖമുയർത്തി മണ്ഡോദരി നടന്നു.

ഇടയ്ക്ക് ശക്തി ചോർന്നുപോവുന്നുണ്ടോ?
ആവേഗം കൊണ്ട് ഉടൽ വല്ലാതെ വിറയ്ക്കുന്ന പോലെ.
പ്രഭുവിന്റെ കൈ പിടിച്ച് മയന്റെ കൊട്ടാരത്തിൽ നിന്നിറങ്ങിയ
ആ കൊച്ചു പെൺകിടാവ് പോലും വിറച്ചിരുന്നില്ല..
ജീവിതത്തിൽ ഇതിന് മുമ്പ് ഒരിക്കലേ താനിത് പോലെ
തളർന്ന് പോയിട്ടുള്ളൂ...
അത്..
അശോകവനിയിലെ സീതയോട് സംസാരിക്കാൻ
തനിച്ചു നടന്നപ്പോഴായിരുന്നു അത്.

പെണ്ണ് പൂത്തപ്പോൾ

തലേന്ന് രാത്രി മുഴുവൻ പ്രഭു ഒരു കൊച്ചു കുഞ്ഞിനെ പോലെ
കെഞ്ചുകയായിരുന്നു...
ആ സ്വർണവിഗ്രഹത്തിനെ മറക്കാൻ കഴിയാത്ത
പ്രഭുവിന്റെ ദു:ഖം
എല്ലാ അസൂയകളേയും കീറി മുറിച്ച്, മനസ്സിന്റെ മുറിവായി.
തേങ്ങിക്കരയുന്ന പ്രഭുവിനെ മടിയിൽ കിടത്തി
ആശ്വസിപ്പിയ്ക്കുമ്പോൾ
ഉണ്ണിയായിരുന്ന മേഘനാദൻ കളിയിൽ തോറ്റ്
തന്റെ മടിയിൽ കിടക്കുന്നതാണ് ഓർമ വന്നത്.
അന്നാദ്യമായി തന്റെ സ്ത്രീത്വത്തെ വെറുത്തു.

പിറ്റേന്ന്, കനം തൂങ്ങിയ കാലുകൾ വലിച്ചുവച്ച്
അശോകവനിയിലെ വാടിയ താമരത്തണ്ട് തേടിയിറങ്ങി.
ലങ്കയിലെ രാജ്ഞി അശോകവനിയിലേക്ക്
എഴുന്നള്ളിയത് ലോകമറിഞ്ഞില്ല.
അടിമപ്പെണ്ണുങ്ങൾ നടക്കുന്നതു മണ്ണറിയുകയില്ലല്ലോ.

രാക്ഷസിമാർ പറഞ്ഞു കൊടുക്കാത്ത,
രാവണപ്രഭുവിന്റെ കഥകളുടെ കെട്ടഴിച്ചു.
ഉയിരു പകുക്കുന്ന സ്നേഹത്തെകുറിച്ച്...
ഏതു പെണ്ണും അലിഞ്ഞ് പോകുന്ന പ്രണയത്തെ കുറിച്ച്...
ഏതൊരു തൊട്ടാവാടിയേയും നൃത്തം ചെയ്യിക്കുന്ന
കാമലീലകളെ കുറിച്ച്...
പ്രഭുവിന്റെ കയറ്റിറക്കങ്ങളുടെ പൂവിതളുകൾ
ഓരോന്നോരായി
വിട്ടുപോകാതെ പറയുകയായിരുന്നു...

എല്ലാം പറഞ്ഞ് തീർന്ന് ആ കണ്ണുകളിലേക്ക്
നോക്കിയപ്പോൾ....
പുച്ഛമായിരുന്നോ? അതോ സഹതാപമോ..?
തലയിലിരുന്ന കിരീടം ഉരുകി ഒലിച്ചിറങ്ങി..
അന്ന് ഊരിവീണ കിരീടം ഇന്ന് തിരിച്ചെത്തുകയാണ്.

കവാടത്തിലെത്തുമ്പോഴേക്കും വിയർത്തു കുളിച്ചു പോയി.
വമ്പിച്ച പുരുഷാരം തന്നെയുണ്ട്.
പ്രഭുവിന്റെ ഉയർന്ന ശിരസ്സ് ദൂരെ നിന്നേ കാണാം...
പത്ത് ശിരസ്സിനെ പോലും പിന്തള്ളുന്ന ഒറ്റ ശിരസ്സ്.

വിശിഷ്ട ഇരിപ്പിടങ്ങൾ നിറഞ്ഞു കഴിഞ്ഞു.
പുതിയ രാഷ്ട്രതന്ത്രജ്ഞർ കെട്ടിയുള്ള നിയമ പുസ്തകം
അതിവേഗം മറിച്ചു നോക്കുന്നുണ്ട്.
അതിലാണ് നീതിയുടെ വെളിച്ചം ഒളിച്ച് കിടക്കുന്നതത്രെ...
സ്ത്രീപക്ഷ കവികൾ ഉറക്കെ ഉറക്കെ എന്തൊക്കെയോ
വിളിച്ച് പറയുന്നുണ്ട്.
കവികളുടെ ബാഹുല്യം കൊണ്ട്
അവർ പറയുന്നതൊന്നും മണ്ഡോദരിയ്ക്ക് മനസിലായില്ല..
എങ്കിലും അവരുടെ സന്തോഷവും ആവേശവും
അവൾക്ക് വലിയ ആശ്വാസമായി.
പെണ്ണിനെ അറിയുന്ന അവരുടെയടുത്ത് അവൾക്ക്
വല്ലാത്ത ആനന്ദം തോന്നി.

സഭാമധ്യത്തിൽ വലിയ അഗ്നികുണ്ഡം ആളിക്കത്തുന്നു..
അവിടെ വച്ചാണ് സകല കാട്ടുനീതികളും കത്തിയ്ക്കുക...
ആ ചാരത്തിൽ നിന്ന് പ്രാണനെടുത്ത് പെൺവർഗം
സ്വാതന്ത്ര്യം ശ്വസിക്കും.
കറുത്ത മനുഷ്യർ കാലങ്ങളായുള്ള അടിമത്തം
ഊതി പറപ്പിക്കും.

മണ്ഡോദരിയ്ക്ക് ആ അഗ്നികുണ്ഡത്തിൽ
പ്രവേശിക്കാൻ തോന്നി.
അതിന്റെ ചെമന്ന, പൊങ്ങിക്കത്തുന്ന ജ്വാലകൾ
അവളെ അത്രയേറെ മോഹിപ്പിച്ചു.,

ചെറുപ്പം തിളങ്ങുന്ന ഒരാൾ, കയ്യിലെ പുസ്തകം
ഉയർത്തിപ്പിടിച്ച് എന്തോ
ആംഗ്യം കാണിച്ചു...

പെണ്ണ് പൂത്തപ്പോൾ

ശംഖും വാദ്യങ്ങളും മുഴങ്ങി...
നീതിവാക്യങ്ങളും കാവ്യശകലങ്ങളും ഉറക്കനെ മുഴങ്ങി.
തന്റെ ഉത്സാഹം ആവശ്യമില്ലാതെ തണുത്തു
പോവുന്നത് പോലെ...
'വരണ്ടായിരുന്നു മാളൂ' എന്ന് മൺമറഞ്ഞ അമ്മ
നെഞ്ഞിലിരുന്ന് കരയുന്നത് പോലെ...

ആലവട്ടവും വെഞ്ചാമരയും വീശിത്തുടങ്ങി..
കൂട്ടത്തിൽ മുതിർന്നവരായ കുറച്ചുപേർ പ്രഭുവിനെ
കൈപിടിച്ച് സിംഹാസനത്തിലിരുത്തി..
പ്രഭുവിന്റെ തിളങ്ങുന്ന മുഖത്ത് നോക്കിയപ്പോൾ
മണ്ഡോദരിയ്ക്ക് വീണ്ടും ഉത്സാഹമായി.
ഇനി കിരീടധാരണമാണ്....
അതിനുമുമ്പായി അഗ്നികുണ്ഡത്തിൽ ഹോമം നടത്തണം...
സകല കാട്ടുനീതിപുസ്തകങ്ങളും വലിയ വലിയ
കാവ്യോച്ചാരണങ്ങളോടെ അഗ്നിയിലിട്ടു...
മനുവിന്റെ കാലം മുതലേ ഉള്ള എല്ലാ
നിയമപുസ്തകങ്ങളും.
മണ്ഡോദരിയുടെ ഹൃദയം തൂവൽ പോലെ നേർത്തു,
എന്തൊരാശ്വാസം..

നീതി നിറവേകിയതിന്റെ കറുത്ത ചാരം ലങ്കേശന്റെ
അണിവിരൽ മുറിച്ച രക്തത്തിൽ ചാലിച്ച്,
കിരീടത്തിൽ പതിപ്പിച്ചു.
ഇനി പട്ടമഹിഷിയെ ആസനസ്ഥയാക്കൂ..
ആരാണ് പറഞ്ഞതെന്ന് മനസിലായില്ല...
വലിയൊരു ബഹളമാണ് കേട്ടത്.

സംഭ്രമം കൊണ്ട് മണ്ഡോദരി കണ്ണടച്ചു പിടിച്ചു.
ഒന്നും കാണാൻ വയ്യ..
പെട്ടെന്ന്..
ഉച്ചത്തിലുള്ള കവിതകൾ കേട്ടു,
സ്ത്രീപക്ഷ കവികളാണ്..

കൂട്ടത്തിൽ പുരുഷന്മാരെപ്പോലെ വേഷം ധരിച്ച
രണ്ട് മൂന്ന് സ്ത്രീകൾ
അണിയിച്ചൊരുക്കിയ ഒരു സുന്ദരിയെ
കൈ പിടിച്ച് കൊണ്ടുവരുന്നു.
പുരുഷാരം ആവേശം കൊണ്ട് എണീറ്റു നിന്ന്
കൈവീശി.
ഊന്നി നിന്ന് നോക്കിയ മണ്ഡോദരിയുടെ കണ്ണ്
ഒന്ന് പിടച്ചു.
വീണ്ടും അതേ വെള്ളിനൂൽ...
ഭൂമിക്കടിയിൽ മറഞ്ഞിട്ടും ഈ താമരത്തണ്ടിനെ
ഇവർ കണ്ടെടുത്തുവെന്നോ...!!?

മണ്ഡോദരിയുടെ മിഴിഞ്ഞ കണ്ണുകൾക്ക് മുമ്പിലൂടെ,
കവികളുടെ ആർപ്പുവിളികൾക്കിടയിലൂടെ
ആ സുവർണവിഗ്രഹത്തെ അവർ
രാജ്ഞിയായി അഭിഷേകം ചെയ്യിച്ചു.
ആഹ്ലാദത്തിമിർപ്പിൽ ജനം നൃത്തം ചവിട്ടാൻ തുടങ്ങി.

ചലനം നഷ്ടപ്പെട്ട മണ്ഡോദരിയെ
ആരോ തള്ളിയിട്ടു,
കയ്യിൽ ഒരു സ്ത്രീപക്ഷകവിത പിടിച്ച
മുടി വളർത്താത്ത ഒരു സുന്ദരി.
തുടർന്ന് ആരൊക്കെയോ മാറി മാറി
അവളുടെ മുതുകിലൂടെ നൃത്തം ചവിട്ടി.

കണ്ണിൽ പൊടി നിറഞ്ഞ് തളർന്നുകിടക്കുമ്പോൾ
മണ്ഡപത്തിൽനിന്നുള്ള വിളിച്ചുചൊല്ലലുകൾ
ചെവിയിൽ തുളഞ്ഞുകയറി.

സീത നേരിട്ട അപമാനങ്ങൾ എണ്ണി എണ്ണി പറഞ്ഞ്
അവർ അഗ്നിയിലിട്ട് ചുട്ടുകരിച്ചു.
അവളെ കുറിച്ചോർത്ത് പലരും വാവിട്ട് കരഞ്ഞു..
അഗ്നിപരീക്ഷ...,

ഗർഭിണിയായ ആ പാവത്തെ...
സീതയെ...
അവിടെ എത്തിയപ്പോൾ മണ്ഡോദരിയ്ക്ക് നെഞ്ച് വിലങ്ങി.
അശോകവനിയിലെ കാരുണ്യം നിറഞ്ഞ
താമരയിതളുകൾ ഓർമ വന്നു.
ഇവർ കൊണ്ടുവന്നത് സീതയെ ആയിരിക്കില്ല.
തീർച്ചയായും, അതേതോ പ്രതിമയായിരിക്കുമെന്ന്
മണ്ഡോദരിയ്ക്ക് തോന്നി..

രാമന്റെ ക്രൂരത എണ്ണിയെണ്ണി പറഞ്ഞ് അവർ
ആഞ്ഞു ചവിട്ടി,
അലറി വിളിച്ചു.
രാവണൻ ആയിരുന്നെങ്കിൽ...
രാവണൻ ആയിരുന്നെങ്കിൽ...
ഓരോ തൊണ്ടയും കാറിക്കൂകി.
രാവണനായിരുന്നെങ്കിൽ...

പെണ്ണിനെ മാനിക്കാത്ത രാമനിൽ നിന്ന്
പെണ്ണിനെ കാക്കുന്ന രാവണനിലെത്തിയ
കിരീടത്തിന്റെ ലഹരിയിൽ അവർ പതഞ്ഞൊഴുകി..
ഒഴുകിപ്പടർന്ന ലഹരിയുടെ വൃത്തികെട്ട വാടയിൽ കിടന്നു
മണ്ഡോദരിയ്ക്ക് ശ്വാസം പുഴുങ്ങി..
സദസ്സ് ഒരു ആഭിചാരവൃത്തമായി കനച്ചു പോയതു പോലെ
അവൾക്ക് തോന്നി.
അശോകവനിയിലേക്ക് ഒറ്റയ്ക്ക് നടന്നുപോയ ആ പുലരി
മനസ്സിലേക്ക് വീണ്ടും തള്ളിക്കയറി വന്നു..
മറയുന്ന ബോധത്തിലും തലേന്ന് രാത്രിയിലെ
പ്രഭുവിന്റെ കെഞ്ചലുകൾക്ക്
അവസാനം ഭീഷണിയുടെ സ്വരം കലർന്നതോർമ വന്നു.

ശിംശപാവൃക്ഷത്തിന് ചുവട്ടിൽ
പ്രഭുവിന്റെ കിടപ്പറ മികവുകൾ വർണിച്ച തന്നെ
അപാരമായ കാരുണ്യത്തോടെ നോക്കിയ ആ താമരത്തണ്ട്

വീണ്ടും മനസ്സിൽ തെളിഞ്ഞു.
ആത്മാവിനെ ചവിട്ടി താഴ്ത്തുന്ന കാരുണ്യം..
അപമാനം തോന്നിപ്പോയ കാരുണ്യം..

രാവണന്റെ കറുപ്പിനേ ഉയർച്ച കിട്ടിയിട്ടുള്ളൂ.
മണ്ഡോദരിയുടെ നോവിന് ഇന്നും വർണ്ണം പോരാ..
ഒരു പെൺപക്ഷക്കാരനും ഈ വർണം ദഹിക്കില്ല..
ഒരു കവിതയും ഇവളുടെ കറുപ്പിന്റെ വേദന പാടില്ല..
അശോക വനികളിലേക്കു നടക്കുന്ന വിറയ്ക്കുന്ന കാലുകൾ
ഒരു സദസ്സിലും
നീതി തേടി കയറിച്ചെല്ലില്ല.

20 നവംബർ 2020

പുരാണത്തിലെ കഥാപാത്രങ്ങളെ അതേപോലെ പരതിയാൽ ഇവിടെ കാണില്ല.. ഭാര്യയെ കാട്ടിലേക്കയച്ച രാമന് പകരമായി രാവണനെ പ്രതിഷ്ഠിക്കുമ്പോൾ മറന്നുപോകുന്ന മണ്ഡോദരി എന്ന പെണ്ണ് മാത്രമാണ് ഇവിടത്തെ വിഷയം.

www.ingramcontent.com/pod-product-compliance
Lightning Source LLC
LaVergne TN
LVHW060135051026
849517LV00007B/2481
* 9 7 8 9 3 9 3 3 9 7 1 5 7 *